ఆనందోబ్రహ్మ

2.0

కస్తూరి విజయం
VICTORY OF KASTURI

పద్మజ పామిరెడ్డి

Anando Brahma 2.0

by

Padmaja Pamireddy

Published By: Kasturi Vijayam

Published on: May/2025

ISBN (Paperback): 978-81-982729-1-1

Print On Demand

Ph:0091-9515054998

Email: Kasturivijayam@gmail.com

Book Available

@

Amazon, flipkart

తొలి మాట

(నూటొక్క ఒకటి పుస్తకానికి చెప్పే కస్తూరి విజయం మాట)

మీరు "ఆనందో బ్రహ్మ 2.0 హాస్య కథలు" పుస్తకాన్ని ఎంచుకున్నారంటే, మీకు హాస్యం అంటే చాలా ఇష్టం అని అర్థమవుతోంది. ఈ పుస్తకంలోని బొమ్మలు కథను మరింత సరదాగా మారుస్తాయి. కొన్ని కథలు మిమ్మల్ని నవ్విస్తాయి, మరికొన్ని మీ మనసును హత్తుకుంటాయి. ఈ కథలు చదివితే మీ ముఖంపై చిరునవ్వు మెరుస్తుంది, పెద్దలు కూడా తమ చిన్ననాటి నవ్వును గుర్తు చేసుకుంటారు.

మీరు ఇంట్లో ఉన్నా, ప్రయాణంలో ఉన్నా ఈ పుస్తకం చదవడం మొదలుపెడితే, మీ ప్రయాణం ముగిసే వరకు నవ్వుతూనే ఉంటారు. ఈ పుస్తకంలోని ప్రతి కథ ఒక చిన్న బాంబు లాంటిది, అది మీ మనస్సులో పేలి నవ్వును తెప్పిస్తుంది. కొన్ని కథల్లో మీరు మిమ్మల్ని చూసుకుంటారు, మరికొన్నింటిలో మీ స్నేహితులను గుర్తు చేసుకుంటారు. మీ మనస్సు ఒక చిన్న పిల్లవాడిలా సంతోషంగా గంతులు వేస్తుంది.

ఈ పుస్తకంలోని బొమ్మలు, అక్షరాలు అన్నీ కలిసి మిమ్మల్ని నవ్విస్తాయి, సరదాగా గిల్లుతాయి. మొత్తం 25 కథలు ఉన్నాయి, ప్రతి కథ ఒక ప్రత్యేకమైన అనుభూతిని కలిగిస్తుంది. ఈ పుస్తకం చదివితే మీ ముఖంపై చిరునవ్వు ఎప్పటికీ ఉంటుంది, ఎందుకంటే మనలో ఉండే చిన్న పిల్లవాడు ఎప్పుడూ సంతోషంగా ఉండాలని కోరుకుంటాడు.

కాబట్టి, వెంటనే మొదటి పేజీ తిప్పండి! మొదట ఒక నవ్వు వస్తుంది, తర్వాత మరొకటి, ఆ తర్వాత ఇంకొకటి... చివరికి మీరు కూడా అందరినీ నవ్విస్తారు. తప్పకుండా ఈ కథలన్నీ చదవండి!

ఇరవై ఐదు మంది ప్రతిభావంతులైన హాస్య కథా రచయితలకు, ప్రూఫ్ రీడింగ్ చేసిన శ్రీమతి హిమబిందు వంగిపురపు గారికి, అద్భుతమైన బొమ్మలు డిజైన్ చేసిన వర్చస్వి గారికి, గోపాల కృష్ణ వేంద్ర గారికి, సంపాదకత్వం, డిజైన్, కూర్పు మరియు పబ్లిషింగ్ పనులు నిర్వహించిన మా శ్రీమతి పద్మజ పామిరెడ్డి గారికి నా హృదయపూర్వక కృతజ్ఞతలు.

సుధీర్ రెడ్డి పామిరెడ్డి

కస్తూరి విజయం

నవ్వుల హరివిల్లు

ఆనందోబ్రహ్మ

2.0

చిన్న కోరిక–పెద్ద మూల్యం

గంగాధర్ వడ్లమన్నాటి

హుషారుగా పార్కు లోకి ఎంటరైపోయి, చుట్టూ ఓసారి చూసి, తల గోక్కుంటూ, "ఈ అమ్మాయి పార్క్ కి వచ్చాననంది. చూస్తే ఎక్కడా కనిపించడం లేదు!" అని ముక్కు గోక్కుని, ఎంట్రన్స్ లోనే ఉంటానని చెప్పిందే అని అటు, ఇటు మార్చిమార్చి చూస్తూ, ఆమెకు ఫోన్ చేశాడు. "ఆ సుజాతా! నేను ఇక్కడే పార్క్ ఎంట్రన్స్ లో ఉన్నాను. మరి నువ్వు" అంటూ ఆగాడు.

"నేను ఇక్కడ, మీ ఎడం పక్కన పెద్ద చెట్టు ఉంది చూసారా, ఆ చెట్టు పక్కన ఉన్న సిమెంట్ బెంచీ మీద, ఇటుక రంగు చుడీదార్ మీదకి ఇసక రంగు చున్నీ వేసుకుని కూర్చున్నాను చూడండి" అంటూ చేయి పైకి లేపి ఊపింది.

ఆమె వంక చూస్తూ "సుజాతా" అంటూ శేఖరం కూడా తన చెయ్యెత్తి, కాస్త స్పీడుగా ఊపేస్తూ, ఫోన్ కట్ చేసి, దగ్గరికి వెళ్లి అదే సిమెంట్ బెంచీ మీద ఆమె పక్కన కూర్చున్నాడు. కూర్చుని, ఆమె చేతిని తన చేతుల్లోకి తీసుకుని, చపాతి పిండి పిసికేసినట్టు పిసికేస్తూ "ఈరోజు నా జీవితంలో మర్చిపోలేని రోజు. ఈరోజు ఇలా కలిసి వస్తుందని జీవితంలో అనుకోలేదు. మా ఆవిడ హఠాత్తుగా వాళ్ళ అమ్మకు బాలేదని, ఊరు వెళ్ళింది. రేపు సాయంత్రం వరకూ రాదు. కనుక ఇవాళ, రేపు మొత్తం మనదే. అయినా నీతో ఇలా టైమ్ స్పెండ్ చేయగలగడం నా అదృష్టం" అంటూ ఆ చేతిని వదలకుండా ఇంకా అలాగే చపాతి పిండిలా పిసికేస్తూ, ఆమె వైపు తినేసేలా చూశాడు.

"నాక్కూడా మీరంటే మాటల్లో చెప్పలేని ఓ ప్రత్యేకమైన అభిమానం. పైగా మన బ్రాంచి మేనేజర్ గా, నా ఎమోషన్ అర్థం చేసుకుని, ప్రమోషన్ కోసం నన్ను రికమండ్ చేశారు. దాంతో మీ మీద ఉన్న ఎఫెక్షన్, తక్కువ కాలంలోనే వైరస్ ఇన్ఫెక్షన్ లా రెట్టింపు పెరిగింది" చెప్పింది నోట్లో వేలు పెట్టుకుని మరీ సిగ్గుపడిపోతూ.

"నేనంటే నీకెందుకంత ప్రత్యేకమైన అభిమానం" అడిగాడు మురిసిపోతూ.

"ఎందుకంటే, మీరు అచ్చం పోయిన మా ఆయన లాగానే ఉంటారు. మరీ ముఖ్యంగా, ఆయనవి కూడా మీలానే డొప్ప చెవులు. ఆయనిది కూడా మీలానే బండ ముక్కు, మూతి మీద మీసాలు కూడా, ఎలక తోకల్లా మీలానే సన్నగా కత్తిరించుకునేవారు. అందుకనే మీరంటే నాకు ప్రత్యేకమైన అభిమానం" చెప్పింది అదే సిగ్గుని మొగ్గలేయిస్తూ.

"సరే, సరే, ఇక మనం మా ఇంటికి వెళదాం పద" అన్నాడు ఉత్సాహంగా లేచి నిలబడి.

"తప్పకుండా, అని ఆమె లేచి నడవడం మొదలు పెట్టింది. ఇంతలో ఆమెకి ఒక పెద్ద జాంచెట్టు కనిపించింది. ఆ చెట్టు వంకే కన్నార్పకుండా చూస్తూ, అక్కడే ఆగిపోయింది సుజాత .

"ఏమిటి అలా నడుస్తూ, నడుస్తూ చటుక్కున ఆగిపోయావ్, చెప్పు గానీ తెగిపోయిందా" అడిగాడు చిత్రంగా చూస్తూ.

"అది కాదు కానీ, మరీ, మరేమో, నాదో చిన్నకోరిక. ఆ కొమ్మ మీద ఉన్న చిలక కొట్టిన జాంకాయ్ తినాలని నా నోరు ఊరిపోతోంది, నా నాలుక లాగేస్తోంది. మీరు కొంచెం చెట్టు ఎక్కి కోసిస్తే, మనసారా కొరుక్కు తినాలని ఆశ" అంది చిన్న నవ్వుతో.

ఆ కొమ్మ వైపు చూస్తూ హడలి పోయి, గుండెల మీద చేయేసుకుని, "నీది చిన్న కోరికే కావచ్చు, కానీ నేను చిన్న పిల్లాడ్ని కాదు. ఇలా చెట్టులు, పుట్టలు ఎక్కి దిగడానికి" భయపడుతూ చెప్పాడు.

"అలా అనకండీ, నాకు చిలక కొట్టిన చెట్టు జాంకాయలంటే ప్రాణం, ఎక్కడ కనిపించినా కోసి ఇమ్మంటాను. అయినా మిమ్మల్ని ఇష్టపడే అమ్మాయి కోరిన ఈ చిన్న కోరిక కూడా తీర్చలేరా" గారం పోతూ, చూపుడు వేలితో అతని భుజం పై గోకుతూ మరీ అడిగింది.

శేఖరం ఓ మారు ఆలోచించి "సరే, ఇక నువ్వు గోకడం ఆపేయ్" అంటూ చెప్పులు విప్పి, నెమ్మదిగా ఆ చెట్టు పైకి ఎక్కాడు. ఏదో ఘనకార్యం సాధించిన వాడిలా గర్వంగా సుజాత వంక చూసి, ఓ సారి కొంటెగా కన్ను కొట్టాడు. ఆ తర్వాత ఆ జాంకాయ్ కోశాడు. దాన్ని చేత్తో పట్టుకుని కిందకి విసిరాడు, డబేల్ అంటూ పెద్ద శబ్దం అయింది. "జాంకాయి కింద పడితే ఇంత శబ్దమా" అంటూ పక్కకి తిరిగి చూసింది సుజాత.

కుయ్యో, మొర్రో అంటూ మూలుగుతున్నాడు శేఖరం .

"అయ్యో! ఏమైంది" అడిగింది కంగారుగా నెత్తి మీద చేయి పెట్టుకుని .

"జాంకాయ్ పడేయబోయి, బ్యాలెన్స్ తప్పి నేనే పడిపోయాను" మూలుగుతూ చెప్పి స్పృహ తప్పాడు.

దాంతో చేసేదిలేక, అక్కడ ఉన్న చుట్టుపక్కల వాళ్ళ సాయంతో, దగ్గరలోని ఓ ప్రైవేటు ఆసుపత్రిలో జాయిన్ చేసింది.

శేఖరం స్పృహలోకి వచ్చాక, "ఏం కాలేదు, తలకి చిన్న దెబ్బ తగలడంతో స్పృహ తప్పారు, అంతే" అని క్షణం ఆగి, "మీరు చెప్పింది విని ఉంటే, మీకు ఈ దెబ్బ తగలకుండా ఉండేది"అంది దిగులుగా చూస్తూ.

“పోనిలే జరిగిందేదో జరిగింది” అని వాచీ చూసుకుని, “టైమ్ రెండున్నర అయింది. పద, టైం వేస్ట్ చేసుకోకుండా ఇంటికి వెళదాం. పైగా రేపు అంతా కూడా ఉంది. మన ఇష్టం” అన్నాడు రొమాంటిక్ గా చిన్న నవ్వు నవ్వుతూ .

“మీ బొంద ఉంది, ఆల్రెడీ మీరు ఆసుపత్రిలో చేరి ఇది రెండో రోజు. ఈరోజు నాలుగు గంటలకి డిశ్చార్జ్ చేస్తా అన్నారు. మీ ఆవిడ ఎలాగో అయిదుకి వచ్చేస్తుంది కాబట్టి, మనం అనుకున్నది జరగదు. కాబట్టి మీరు డిశ్చార్జ్ అయి ఇంటికి వెళ్ళండి, నేను రేపు ఆఫీసులో కలుస్తాను” చెప్పింది.

ఆమె వంక తినేసేలా కోపంగా చూస్తూ , “చూశావా, నీ చిన్న కోరిక ఎంత పని చేసిందో, నీ చిన్న కోరిక వల్ల పెద్ద మూల్యాన్ని చెల్లించాల్సి వచ్చింది. అందుకే ఎప్పుడూ అన్నీ ఆలోచించి కోరికలు కోరాలి” అసహనంగా అన్నాడు

“అవును! తప్పు నాదే, నా ఈ చిన్న కోరిక తీర్చలేని మీలాంటి ముదురు వయసు వాడ్నీ, పెళ్ళైన వాడ్ని ఇష్టపడ్డం నా తప్పే, ఇక ఆ తప్పు చేయను. గుడ్ బాయ్” అంటూ విసుగ్గా వెళ్ళిపోయింది.

ఆమె వెళ్ళిపోయిన వైపు దీనంగా చూస్తూ, “అయ్యో! అనవసరంగా చేటు కలిగించే ఓ మాట ఎక్కువ వాగి, మా రిలేషన్ కి వేటు పడేలా చేసుకున్నానా, ఖర్మ” అని తల ఓ పక్కకి వాల్చేశాడు.

మూలిగే నక్క మీద తాటికాయ పడ్డట్టు, అప్పుడే భార్య నుండి మెసేజ్ వచ్చింది, “ఏమండీ, ఎక్కడున్నారు! నిన్న మిమ్మల్ని పార్క్ లో చూసానని ఎదురింటి సుబ్బారావు గారి భార్య ఇప్పుడే నాకు ఫోన్ చేసింది” అనే ఆ మెసేజ్ చదివీ చదవగానే శేఖరం తల గిర్రున తిరగడం ప్రారంభమైంది.

పద్మశ్రీ

మోణంగి ప్రవీణ

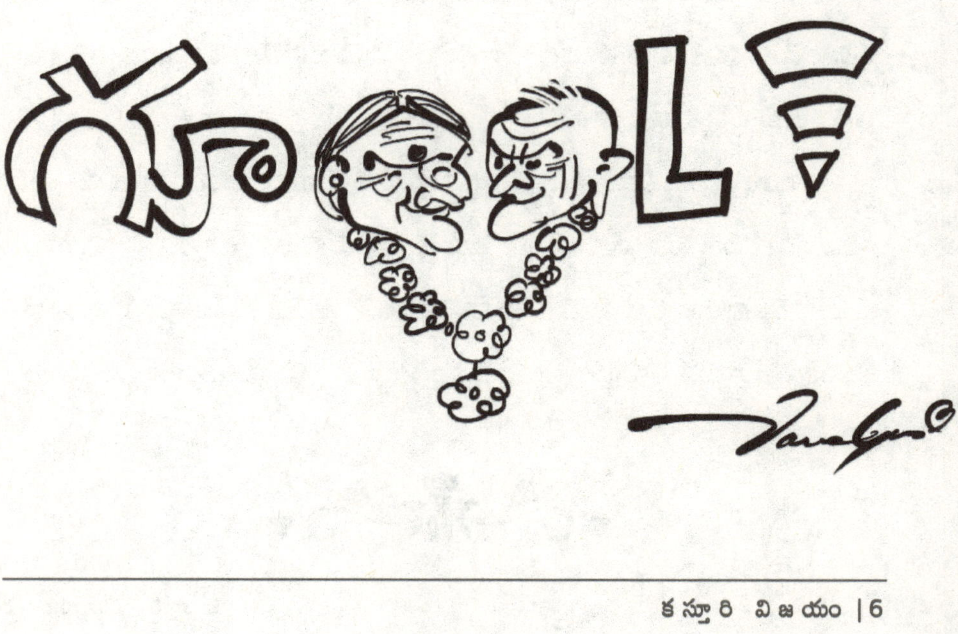

కంగ్రాట్యులేషన్స్ గూగుల్! ఈ సంవత్సరం "పద్మశ్రీ" అవార్డుకి మీ జంట ఎన్నికైనందుకు."

"థాంక్స్ అమ్మా!

"ఇంతకీ ఏదీ! కోడలు పిల్ల వైఫై ఎక్కడ?"

"ఇదిగో! ఇక్కడే ఉంది ఇస్తున్నాను అమ్మా!"

"అమ్మాయ్! కంగ్రాట్యులేషన్స్ మీ ఇద్దరికీ!"

"థాంక్యూ అత్తయ్యా!"

"సరే! మరి అవార్డు ప్రధానోత్సవంలో కలుసుకుందాం, గూగుల్ కి చెప్పు ఉంటాను" అంటూ కొడుకు, కోడలు కి తన ఆనందాన్ని తెలియపరచింది.

"సరే! అత్తయ్యా!" అంటూ ఫోన్ పెట్టేసింది వైఫై.

పద్మశ్రీ అవార్డుకి గూగుల్, వైఫై జంట ఎన్నిక కావడంతో పొద్దుట్నుంచి వస్తున్న ఫోన్ లని రిసీవ్ చేసుకోవడంలో ఇద్దరూ చాలా బిజీ అయిపోయారు. వాళ్ళ ఆనందానికి అవధులు లేవు. వైఫై వాళ్ళ అమ్మానాన్న కూడా సభలో కలుసుకుంటామని చెప్పి తమ సంతోషాన్ని వ్యక్త పరచి ఫోన్ పెట్టేశారు.

ఇక ఎదురు చూస్తున్న శుభ తరుణం రానే వచ్చింది. గూగుల్ వైఫై ల జంటకి పద్మశ్రీ అవార్డు

ప్రధానోత్సవ సభ ఏర్పాట్లు అంగరంగ వైభవంగా జరుగుతున్నాయి.

వేదికపై పెద్దలందరూ ఆసీనులయ్యారు.

గూగుల్, వైఫై తాలూకా బంధువులు అందరూ చాలా ఉత్సాహంగా ఉన్నారు.

పెద్దలు ఉపన్యాసాలు పూర్తయ్యాయి. ఇక గూగుల్, వైఫై చూడముచ్చటైన జంట, చాలా అందంగా తయారై ఉన్నారు.

"ద పద్మశ్రీ అవార్డ్ గోస్ టు మోస్ట్ బ్యూటిఫుల్ కపుల్ గూగుల్ అండ్ వైఫై" అని అనౌన్స్ చేయగానే సభ మొత్తం కరతాళ ధ్వనులతో మారు మ్రోగింది.

వేదిక మీదకి వస్తున్న గూగుల్, వైఫై జంటని చూడడానికి రెండు కళ్ళు సరిపోవు, అంత మహోన్నతంగా ఉన్నారు. ప్రతి ఒక్కరి దృష్టి వాళ్లపైనే ఉంది. అవార్డు ప్రధానోత్సవం చాలా వైభవోపేతంగా జరిగింది. సభని తిలకిస్తున్న గూగుల్, వైఫై తల్లిదండ్రుల కనులు ఆనందంతో చెమ్మగిల్లాయి.

రెండు నిమిషాల తర్వాత విలేఖరుల ప్రశ్నలు మొదలయ్యాయి.

ఒక విలేఖరి ప్రశ్న

"మీ జంట అన్యోన్యతకి కారణమేమిటి?"

"మేమే!" అని గూగుల్, వైఫై ఇద్దరూ ముక్తకంఠంతో సమాధానం ఇచ్చారు.

"అలా కాదు, మీ అన్యోన్యత వెనుకన ఉన్న రహస్యాన్ని మాతో పంచుకుంటారా!"

"ఓ! తప్పకుండా!" అని సమాధానం ఇచ్చారు.

"మీరు ఇంత అన్యోన్యంగా ఉండడానికి ప్రేరణ ఎవరిచ్చారు?" అని ఇంకో విలేఖరి ప్రశ్నించాడు.

"మా తల్లిదండ్రులు" అని గూగుల్, వైఫై ఇద్దరూ సమాధానం ఇచ్చారు.

సభలో కూర్చున్న గూగుల్, వైఫై తల్లిదండ్రులను చూస్తూ అందరూ చప్పట్లు కొట్టారు.

"సరే! గూగుల్ గారూ మీ ఇద్దరి మధ్యలో ఎప్పుడూ సమస్యలు రాలేదా? ఇంకో విలేఖరి ప్రశ్న.

"భలేవారే! ఆలుమగలు అన్నాక సమస్యలు ఎందుకు రావండి! మా మధ్యన కూడా వచ్చాయి. ఒకసారి పండుగలకి ఎవరి ఇంటికి వెళ్లాలి అన్న దానిమీద గొడవ ప్రారంభమైంది."

"అవునా! మరి ఎలా పరిష్కరించారు?"

"ఏముంది, ఇద్దరం చర్చించుకుని ఒక పండగకి మా ఇంటికి వెళితే, ఇంకో పండగకి వాళ్ళ ఇంటికి వెళ్ళాం

అంతే సింపుల్."

హాల్లో చప్పట్లు.

"వైఫై గారూ! ఇప్పుడు మీరు చెప్పండి. ఇంటి పనుల విషయంలో గాని, వంట విషయంలో గాని ఎప్పుడూ ఇబ్బంది రాలేదా! ఎందుకంటే మీరు కూడా ఉద్యోగం చేస్తున్నారు కదా!"

"హా! మొదట్లో వచ్చాయి. అయితే నేను మా అమ్మ దగ్గర వంట నేర్చుకున్నాను. గూగుల్ వాళ్ల అమ్మ దగ్గర వంట నేర్చుకున్నారు. అందువలన ఇద్దరం ఒక అంగీకారానికి వచ్చి పనులను చేసుకున్నాము. అయితే పనులను పంచుకోకుండా ఏ పనైనా ఇద్దరం కలిసే చేశాము. కలిసి చేస్తే వచ్చే ఆనందమే వేరు. ఇది నేను మా అమ్మ, నాన్న ల వద్ద నేర్చుకున్నాను."

మళ్లీ హాల్లో చప్పట్లు

"గూగుల్ గారూ! ఈ విషయం చెప్పండి. మరి బయటికి వెళ్ళి తెచ్చే కూరగాయలు, కిరాణా, మందులు వీటి విషయంలో ఏం చేసేవారు" ఇంకో విలేఖరి ప్రశ్న

"చెప్పాను కదండీ! ఏ పనైనా ఇద్దరం కలిసి చేసేవాళ్లం."

"ఓహో! ఓకే! ఇది కూడా మీరు మీ అమ్మానాన్నలు నుండి నేర్చుకున్నారు, అంతేనా!"

"అంతేనండి!" అంటూ సమాధానం ఇచ్చాడు గూగుల్.

"అయితే! మీ ప్రతి చర్యలోనూ మీ అమ్మానాన్నల ప్రభావం ఉందంటారు. మీది అంటూ స్వతహాగా ఏ ఆలోచనలు లేవా వైఫై గారూ!"

"ఎందుకు లేవండి, పుస్తకాల ద్వారా మేము చాలా నేర్చుకున్నాము. చిన్నప్పటి నుంచి మా ఇంట్లో, గూగుల్ వాళ్ళ ఇంట్లో అందరూ సాహిత్య అభిమానులే! అందువలన పుస్తకం

ద్వారా చాలా విషయాలు తెలుసుకున్నాము. చదువు సంస్కారాన్ని ఇస్తే, పుస్తకం విజ్ఞానాన్ని ఇచ్చింది లోకం గురించి తెలిసేలా చేసింది."

"అయితే! దీని వెనక కూడా మీ అమ్మానాన్నల ప్రభావం ఉందంటారు అంతేనా!" అంటూ చతురతగా అడిగాడు విలేఖరి.

"దీనికి మా అమ్మానాన్నలే కాదండి, మా నానమ్మ, తాతయ్యలు కూడా కారణం. వాళ్లు ఏమి చేశారో తరతరాలికి అదే వ్యాప్తి చెందింది. ఇంట్లో పెద్దవాళ్ళు ఏం చేస్తే పిల్లలు దాన్నే అనుకరిస్తారు కదా!"

మళ్లీ హాల్లో చప్పట్లు

"వైఫై గారూ! ఒక విషయం చెప్పండి! మీ బంధువులు కానీ, మీ వారి బంధువులు కానీ వచ్చినప్పుడు ఇబ్బందులు రాలేదా మీకు? ఎలా ఈ సమస్యని అధిగమించారు. ఎందుకంటే మీ ఇద్దరూ ఉద్యోగం చేస్తున్నారు కదా!" అని ఇంకొక విలేఖరి ప్రశ్నించాడు.

"హా! వచ్చాయి కానీ, ఈరోజుల్లో అందరూ ఉద్యోగాలే కదండి. అలా చీటికిమాటికి ఇంటికి వచ్చే బంధువులు అంటూ ఎవరున్నారు చెప్పండి. మేము ఈ విషయంలో ఒక నిర్ణయం తీసుకున్నాము. ఎవరు మా ఇంటికి వచ్చినా, రావాలనుకున్నా అందరం కలిసి ఒక విహారయాత్రకు, ఒక మంచి రెస్టారెంట్ కు లేదంటే ఒక దేవస్థానం కి వెళ్లి అక్కడ కలిసి సరదాగా గడిపి ఎవరిళ్లకు వాళ్లు చేరుకునేవాళ్లం. ఇది ఎవరికీ ఇబ్బంది కలిగించని విషయం."

మంచి ఉపాయం అంటూ హాల్లో కొన్ని చప్పట్లు వినపడ్డాయి.

"అది సరే గూగుల్ గారూ! మీరు ఇద్దరూ సంపాదిస్తున్నారు కదా! మరి ఫైనాన్స్ మేటర్స్ లో ఎలా మేనేజ్ చేసేవారు?" అని ఇంకో విలేఖరి ప్రశ్న.

"మంచి ప్రశ్న! మేమిద్దరం ఉద్యోగం చేస్తున్నాం. ఇద్దరి ప్యాకేజీలు వేరు వేరు. కానీ నీది చిన్నది, నాది పెద్దది అని ఏనాడు మా మధ్యన ఆలోచన రాలేదు. జాయింట్ అకౌంట్ ఓపెన్ చేసాం. ఇద్దరి డబ్బులు అందులోకి చేరుతాయి. ఎవరికి కావాలన్నా అందులోంచి ఖర్చు పెట్టే స్వతంత్రం కల్పించుకున్నాము. ఎంత ఖర్చు పెట్టినా ఒకరిని ఒకరు ఏనాడు

ప్రశ్నించుకోలేదు, ఎందుకంటే మా ఇద్దరి మధ్యన ఉన్న అవగాహన అటువంటిది. మేము పెరిగిన వాతావరణం అటువంటిది. దుబారాగా ఖర్చులు చేయము. చేసే ప్రతి ఖర్చునీ ఆలోచించి చేస్తాము.

ఇంక సమస్య ఎందుకు వస్తుంది చెప్పండి."

"మంచి అవగాహన" అంటూ విలేఖరి చప్పట్లు కొట్టాడు.

"ప్రతిష్టాత్మకమైన పద్మశ్రీ అవార్డుని అందుకుంటున్న ఈ శుభతరుణం లో ప్రజలకు మీరు ఇచ్చే అమూల్యమైన సందేశం ఏమిటి?" అని విలేఖరి ప్రశ్నించాడు.

"పచ్చ నోటుకే అధిక ప్రాముఖ్యం ఉన్న ఈ రోజుల్లో కాపురాన్ని పచ్చగా, పదిలంగా ఉంచుకుంటేనే బంధం పదికాలాలు నిలుస్తుంది. మమ్మల్ని స్ఫూర్తిగా తీసుకొని ప్రతి సంవత్సరం ఇలాగే ఈ పద్మశ్రీ అవార్డుని ఇంకా ఎందరో తీసుకోవాలని మేము మనస్ఫూర్తిగా కోరుకుంటున్నాం." అంటూ తమ స్పందనని తెలియజేశారు గూగుల్, వైఫై. సభ ఒక్కసారిగా కరతాళ ధ్వనులతో గూగుల్, వైఫై లను అభినందించారు.

ఇదంతా వింటున్న సభలో కూర్చున్న ఒక 90 ఏళ్ల వృద్ధురాలు తన పక్కన కూర్చున్న అబ్బాయిని ఇలా అడిగింది

"ఏంటి అబ్బాయ్! ఇంతకీ వాళ్లు ఏమి సాధించారని, వాళ్ళకి పద్మశ్రీ అవార్డు ఇచ్చారు?"

"అదేంటి బామ్మా! అలా అడుగుతున్నారు? గూగుల్, వైఫై గురించి మీకు తెలియదా! పెళ్లయి సంవత్సరమైనా ఇంకా విడాకులు తీసుకోకుండా కలిసి ఉన్నారు. ఇది చాలా గొప్ప విషయం కదా! అందుకే వాళ్లకి పద్మశ్రీ అవార్డు ఇచ్చారు." అని చాలా గర్వంగా సమాధానం ఇచ్చాడు.

"ఈ మాత్రానికే! ఒక సంవత్సరానికేనా! మరి మేము 50 ఏళ్లు కలిసి ఉన్నాము విడిపోకుండా మరి మాకు ఏ అవార్డు ఇవ్వలేదు" అని బుగ్గలు నొక్కుకుంటూ విస్తుపోయింది.

"అబ్బా బామ్మా! ఇది 2050. మీ కాలంలా కాదు.

చాలా ఖర్చు పెట్టి పెళ్లిళ్లు చేస్తున్నారు. కానీ పెళ్లయిన నెలకే విభేదాలు వచ్చి విడిపోతున్న రోజులు ఇవి. ఇలాంటి తరుణంలో సంవత్సరం పాటు కలిసి ఉండి వివాహ వార్షికోత్సవ వేడుకను జరుపుకుంటున్న ఏకైక జంట గూగుల్, వైఫై లది. ఇది చాలా గొప్ప విషయం. అందుకే వాళ్లకి పద్మశ్రీ అవార్డుతో సన్మానం చేస్తున్నారు" అని సమాధానం ఇచ్చాడు.

ఇంక ఆశ్చర్యపోవడం బామ్మ వంతయింది.

పొరపాటులో పదనిసలు

సి.యమున

దబా దబా తన మెడికల్ రిపోర్ట్స్ తిప్పుతున్న డాక్టర్ కైలాసాన్ని ఆతృతగా చూస్తోంది కమల. టెన్షన్ తట్టుకోలేక గోళ్ళు కొరుక్కుందామని చూసింది. అప్పటికే కొరికేసుకుని, వేళ్ళ చివర చుక్కల్లాగా ఉన్న గోళ్ళు చిక్కక ఆ ప్రయత్నాన్ని విరమించింది.

"నేను చెప్పింది విని టెస్ట్స్ చేయించుకున్నావు, సంతోషం. మన శరీరం పని చేయటానికి మనకి శక్తి కావాలి అంటే గ్లూకోజ్. శరీరం గ్లూకోజ్ ని ఉపయోగించుకునే సామర్థ్యం కోల్పోయి అది రక్తంలో ఉండి పోతే దానిని..."

'ఈ సోదంతా నాకెందుకూ 'అన్నట్లు చూసింది కమల.

"చూడమ్మా, నేను చెప్పేది నీకు సోదిలాగా అనిపిస్తోంది కదూ! అయినా చెప్పక తప్పదు. నీకు 'చక్కెర రోగం' అంటే షుగర్ వచ్చింది. అది డయాబెటిక్ టైప్2..."

"బామ్మో!" అంటూ కైలాసం మాటలు పూర్తవ్వకముందే బావురుమంది కమల.

"బాబోయ్, ఆపు తల్లీ! నీ శోకాలు. ఈ మధ్యే నాకు బి.పి. వచ్చింది. ఇలా సడెన్ గా శోకాలు పెడితే, నా చిన్ని గుండె తట్టుకోలేదు" అంటూ వీపు మీద చరుచుకున్నాడు కైలాసం.

"మీకు ఏమీ అవ్వదు. మా ఆయనకి బి.పి. వచ్చి ఇరవై ఏళ్ళు అయ్యింది. ఇప్పుడు తన వయసు అరవైల వైపు పరుగు పెడుతున్నా గుండులాగానే ఉన్నారుగా" తడి కళ్లను టప టప లాడిస్తూ చెప్పింది కమల.

ఆమె 'సంతోషంగానా, బాధగానా' ఏ అంతరార్థంతో చెపుతోందో అర్థంకాక కమల భర్త ముకుందం, డాక్టర్ కైలాసం ఒకరి మొఖాలు ఒకరు చూసుకున్నారు.

"నీ ఎమోషన్స్ కు మీవారు అలవాటు పడిపోయి ఉండొచ్చు. నేను అలవాటు పడలేదు కదా. పైగా నాకు, నా గుండెకు ఎనభై ఏళ్ళు దగ్గర పడుతున్నాయి. కాస్త భద్రంగా ఉండొద్దూ. అవును, ఇంతకూ నువ్వు 'బామ్మా' అంటూ ఎందుకు శోకాలు పెట్టావు? ఆవిడకి ఏమయ్యింది, తల్లీ"

"ఆవిడకి నలభై ఏళ్ల క్రితమే ఆయువు మూడింది. అది గుర్తుకొచ్చి మళ్ళీ బావురుమంది కమల".

"అప్పుడెప్పుడో పోయిన బామ్మ గురించి ఇప్పుడు కూడా ఇంత బాధా... పెద్ద వాళ్ళ మీద అంత అనురాగమా?" కర్చీఫ్ తో కళ్ళ నీళ్ళు తుడిచేసుకుంటూ ఆర్ద్రంగా అడిగాడు కైలాసం.

"బాధ కాదు భయం. అనురాగం కాదు అనుమానం. ఆవిడ షుగర్ వచ్చిన ఆరునెలలకే పోయింది. నేను కూడా... " ఆపై మాట రాక ముక్కు ఎగ బీలుస్తూ చెప్పింది కమల.

"అప్పటి రోజుల్లో సరిగా ఎవేర్ నెస్ లేక అలా జరిగుండొచ్చు. ఇప్పుడు సరిగా జాగ్రత్తలు తీసుకుంటే ఏమీ ప్రాబ్లం ఉండదు" అనవసరంగా కళ్ల నీళ్ళు కార్చుకున్నందుకు తనను తాను తిట్టుకుంటూ బల్ల గుద్ది చెప్పాడు కైలాసం.

"మా బామ్మ నా పెళ్లి చూడలేదు. నేను కూడా, నా మూడేళ్ళ మనవరాలు పెద్దయ్యి, దాని పెళ్లి అయ్యేదాకా ఉంటానో ఉండనో అని దిగులుగా ఉంది"

"ఆ దిక్కుమాలిన దిగుళ్లు, టెన్షన్స్ వలనే ఇలాంటి రోగాలు వచ్చేది. ముందు అలాంటి ఆలోచనలు ఆపెయ్యాలి" ఖయ్యిమన్నాడు కైలాసం.

"మా 'కమ్ము' కు ఆందోళనలు ఎక్కువే అండి. ఎదురింటిలో వేప చెట్టు పూత వేయలేదనో, వీధి కుక్క మొరగలేదనో... రోజుకో పార్టీ మారుతున్న రాజకీయ నాయకులను గుర్తు పెట్టుకోలేక పోతున్నాననో తెగ బెంగెట్టేసుకుంటుంది..."

" 'కమ్ము' ఎవరు" ముకుందం వాక్ప్రవాహానికి అడ్డుపడుతూ అడిగాడు కైలాసం.

"అది తనని నేను పిలిచే ముద్దు పేరండి" నసుగుతూ చెప్పాడు ముకుందం .

"అసలు పేర్లే గుర్తుండటం లేదు. ఇలా మనిషికి రెండేసి పేర్లైతే ఎలా? సరే, కమ్ము... సారీ... చూడమ్మా కమలా, పనికిమాలిన టెన్షన్స్ కి వెంటనే ఫుల్ స్టాప్ పెట్టు"

"నా వల్ల కావటం లేదు. 'షుగర్ వచ్చిందే. నా కొంప ముంచిందే. ఏమీ తినకూడదే' అని ఆలోచనలు తన్నుకు వస్తున్నాయి" దిగులుగా అంది కమల.

" ఏమీ తినకుండా ఉపవాసాలు ఉండక్కర్లేదు. డూస్ , డోంట్స్ (చేయతగ్గవి, చేయకూడనివి) లిస్ట్ ఇస్తాను. వాటిలో నేను ఇచ్చిన సలహాలు, సూచనలు పాటించండి. రాసిన మందులు కూడా వాడండి" లిస్ట్ ఉన్న ప్రింటెడ్ పేపర్, మందుల ప్రిస్క్రిప్షన్ చేతిలో పెట్టాడు డాక్టర్.

***

అర్ధరాత్రి అర్ధాంగి వెక్కిళ్ళకు ఉలిక్కిపడి లేచి కూర్చున్నాడు ముకుందం.

"ఏమయ్యింది కమ్మూ"

“మా బామ్మ కలలోకి వచ్చింది. గుండె దడ దడ లాడి మెలకువ వచ్చింది, భయమేసి ఏడుపు వచ్చింది”

వస్తున్న వెక్కిళ్లు ఆపుకుంటూ చెప్పింది కమల.

“ఏమీ, అంత దడుసుకునేటట్లు వచ్చిందా? “

“ఊహూ, నవ్వుతూనే వచ్చింది. కానీ ఆమె చనిపోయిన కారణం గుర్తుకొచ్చి, ఆవిడ నవ్వు నన్ను రమ్మని ఆహ్వానిస్తున్నట్లు అనిపించి టెన్షన్ తో…”

“ఆపు, అర్ధరాత్రి ఈ శోక గీతాలు ఏమిటీ? కైలాసం గారు చెప్పారుగా, అలాంటివి పట్టించుకోవద్దని”

“ఆయనకేం పోయింది, రోజుకు నాలాంటి వాళ్ళని ఎంత మందిని చూస్తాడో. అందుకే తేలిగ్గా చెప్పేస్తారు. ప్రాణం నాది కదా”

“అబ్బా, నీ ప్రాణం గురించి నా ప్రాణం తియ్యకు. ఆ లిస్ట్ లో, ఆయన ఏమేమి సలహాలు ఇచ్చారో ఆలోచిస్తూ పడుకో. ప్లాన్ చేసుకో” ఆవలిస్తూ దుప్పటి ముసుగెట్టేశాడు ముకుందం.

***

ప్రొద్దున్నే వాకింగ్ కి బయలుదేరాడు ముకుందం. ఐదు నిమిషాలు అయ్యిందో లేదో ఎప్పటిలాగానే ‘హలో గుడ్ మార్నింగ్’ అంటూ పరాంకుశం జాయిన్ అయ్యాడు.

“మీ ఆవిడకి పాపం షుగర్ ట కదా, మా ఆవిడ చెప్పింది. స్వీట్స్ గట్రా ఆపెయ్యమనండి. కాస్త మెంతి పొడి, అన్నం మొదటి ముద్దలో కలుపుకుని తినమనండి” ఓ పరామర్శ, ఉచిత సలహా కలిపి చెప్పాడు. అది అంతటితో ఆగలేదు.

“కమల గారికి షుగర్ వచ్చిందని భయపడకండి. రోజూ పరగడుపున ఓ గ్లాసెడు కాకర కాయ రసం త్రాగమనండి“

“రోజుకో తమలపాకు తింటే చాలు, షుగర్ చిటికలో మాయమై పోతుంది”

"మెడిటేషన్ బెస్ట్. రోజుకో అరగంట చెయ్యమనండి. ఆ లింక్ మీకు పంపుతాను"

"దీనికి డైట్ కంట్రోల్ బెస్ట్. మీకు బి.పి. ఉందిగా. దానికి కూడా పనికొస్తుంది. ఇద్దరూ కలిసి మొదలెట్టెయ్యండి"

"ప్రొద్దున్నే ఆదిత్య హృదయం ఆరుసార్లు, ఆపై హనుమాన్ చాలీసా నూట ఎనిమిది సార్లు రోజూ చదివితే శరీరంతో పాటు మనసు కూడా కుదుట పడుతుంది"

అలా వాకింగ్ గ్రూప్ లో ఉన్న సభ్యులు తమ ఉచిత సలహాలతో దాడి మొదలెట్టారు. ఆ ధాటికి తట్టుకోలేక, అర్ధాంతరంగా వాకింగ్ ఆపేసి ఇంటి ముఖం పట్టాడు ముకుందం.

గుమ్మంలోకి అడుగు పెడుతూనే "కమ్మూ, నీ షుగర్ గురించి కాలనీ వాళ్ళంతా పరామర్శలు, సలహాలు. మన చుట్టాల నుండి కూడా ఫోన్ కాల్స్ మొదలయ్యాయి. అసలు ఎలా తెలిసింది వాళ్ళకి" గయ్యిమని లేచాడు.

"నా భయాన్ని, బాధను ఆత్మీయులతో పంచుకోవటం తప్పా?"

"ఏమి కొంప మునిగిందని ప్రపంచమంతా ఈ ప్రచారం" తల కొట్టుకున్నాడు ముకుందం.

"షుగర్ వచ్చిందని జాలి కూడా లేకుండా ఏమిటండీ ఈ విసుగులు, అరుపులు. మీకన్నా వాళ్ళే నయ్యం. విషయం చెప్పగానే ఎన్ని సలహాలు చెప్పారో!

వనజ అయితే 'అక్కా, మా మామగారికి షుగర్ ఎక్కువయ్యి చిటికిన వేలుకు పడ్డ పుండు తగ్గటం లేదు. వేలు తీసెయ్యాల్సి వస్తుందేమో అంటున్నారు. షుగర్ మహా డేంజర్. జాగ్రత్త' అని చిన్నదైనా ఎంత ప్రేమగా చెప్పిందో.

"అది సరే కానీ, నాకు తెలియకుండా నువ్వు డ్రింక్ ఎప్పుడు మొదలెట్టావు"

"ఛీ ఛీ, ఏమిటా మాటలు"

"మరి, నువ్వు మాట్లాడేది ఏమిటీ? ఆ వనజ మామగారికి తాగుడు ఎక్కువ, శరీరం మీద శ్రద్ధ తక్కువ. ఆవిడ మొగుడు నా దగ్గర మొత్తుకున్నాడు 'ఇంత వయసు వచ్చినా షుగర్ తారా స్థాయికి చేరినా, మా నాన్న మందు వెయ్యటం మానలేదు' అని... అర్థమయ్యిందా. అందరు చెప్పింది తలకెక్కించుకోవటం ఆపి, డాక్టర్ చెప్పింది పాటించటం ఆరంభించు" ఫుల్ క్లాస్ పీకేశాడు ముకుందం.

***

పది రోజులు కాగానే ఓ ఫైన్ మార్నింగ్ "నాకు ఓ వంటమనిషి కావాలి అర్జెంట్ గా" ఊదర గొట్టింది కమల.

"ఏంటి కమ్ము, ఉన్నది ఇద్దరం. కుక్ ఎందుకు? పైగా నీకు ఎవరి వంట నచ్చదుగా"

"అది నిన్నటి మాట. కానీ ఇప్పుడు నాకు షుగర్ వచ్చిందిగా"

"అయితే" అర్థం కానట్లు అడిగాడు ముకుందం.

"అయితే ఏమిటండీ ? కాళ్ళు లాగుతున్నాయి. రాత్రి పూట మాటి మాటికీ యూరినల్స్ కు లేవాల్సి వస్తోంది. నిద్ర ఉండటం లేదు. పైగా డాక్టర్ గారు, ఒకేసారి తినకుండా..."

"ఇంకేమీ చెప్పకు. అర్థమయ్యింది నీ బాధ. సరే, ఎరేంజ్ చేసుకుందాము" మనసంతా జాలితో నిండిపోయిన ముకుందం వెంటనే 'ఊ' కొట్టేసాడు.

రెండు రోజులాగి "ఇంటి ముంగిట ఉన్న మొక్కలను పెంచటానికి ఓ తోటమాలి కూడా కావాలి" చాక్లెట్ కావాలి అన్నంత తేలికగా అడిగేసింది.

"ఉన్న పది మొక్కలకు మనిషి అవసరమా ?" అనుమానంగా అడిగాడు ముకుందం.

"పదే అయినా, తవ్వటం తప్పదుగా. షుగర్ ఉన్న వాళ్ళకి గాయాలు ఏమన్నా అయితే తొందరగా తగ్గవని"

ఇహ ఏమీ అనలేక మరోసారి 'ఊ' కొట్టేశాడు.

ఉన్న పని మనిషికి జతగా వంట మనిషి , ఓ తోటమాలి కూడా తోడయ్యారు. ఈ విషయం తెలిసిన బంధుజనం, ఏదో ఒక పని పెట్టుకుని వచ్చి పది రోజులు రెస్ట్ తీసుకుని వెడుతున్నారు. ఇల్లు కళ కళ లాడిపోతోంది. ముకుందం పర్సు వెల వెల పోతోంది.

"పోనీలే, ఉన్న ఒక్క కొడుకు అమెరికాలో సెటిల్ అయ్యాడు. బంధువులతోనన్నా కాస్త రిలాక్స్ అయ్యి, టెన్షన్ తగ్గించుకుంటుంది. మూడు నెలల తరువాత రివ్యూకు రమ్మన్నాడుగా డాక్టర్. అప్పుడు పరిస్థితిని బట్టి ఆలోచించుకోవచ్చు" అని తనని తాను సమాధాన పరచుకున్నాడు ముకుందం.

***

మరల అదే సీన్. డాక్టర్ కైలాసం చక చకా రిపోర్ట్స్ చూస్తున్నాడు. ఏపుగా పెరిగి, నైల్ పెయింట్ తో అందంగా మెరుస్తున్న గోళ్ళను మురిపెంగా చూసుకుంటోంది కమల. అంతలో 'కెవ్వు కేక' తో ఆ రూమ్ ప్రతిధ్వనించింది.

కానీ ఈ మాటు ఆ కేక పెట్టింది కమల కాదు. డాక్టర్ కైలాసం.

"డాక్టర్ గారు, నాకు షుగర్ తగ్గిపోయిందా? ఆనందం తట్టుకోలేకనా అంత కేక పెట్టారు" మహా సంబరంగా అడిగింది కమల.

"లేదు తల్లీ, బంగారం ధరలాగా నీ షుగర్ షూటప్ అయ్యింది. ఆ షాక్ తో కేక పెట్టాను"

"అదేంటి డాక్టర్, అలా ఎలా ? జాగ్రత్తలు పాటిస్తున్నానే" అంది లబ లబ లాడుతూ కమల.

"ఎలాంటి జాగ్రత్తలు ?"

"మా బామ్మ కు షుగర్ వచ్చినపుడు, ఆవిడకు నీరసం వస్తుందని, మా అమ్మ ఏదో ఒకటి వండుతూ ఉండేది. ఓ ప్రక్కన కదలకుండా కూర్చుని 'రామా కృష్ణా' అనుకుంటూ ఉండే మా బామ్మకు, నేనే స్వయంగా తీసుకెళ్లి అందించేదాన్ని. ఒకేసారి కాకుండా ఆగి ఆగి ఎక్కువసార్లు తినమన్నారు కదా! నాకు అలా వండి ఇవ్వటానికి ఇంట్లో ఎవరూ లేరనే వంట మనిషిని పెట్టుకున్నాను" వణుకుతున్న గొంతుతో చెప్పింది.

"అలా కదలకుండా కూర్చుని, ఎప్పుడూ ఏదో ఒకటి తినబట్టే మీ బామ్మ గుటుక్కుమంది. ఇలా చేస్తే అక్కడకే నీ ప్రయాణం కూడాను" కోపంగా అన్నాడు డాక్టర్ కైలాసం.

"అయ్యో, అంత మాటనకండి" అని భయంగా మెడలోని పుస్తెలు తీసి కళ్ల కద్దుకోబోయి, అవి భర్త ప్రాణాలకు సంబంధించినవి కానీ, తన ప్రాణాలు రక్షించటానికి కాదని మెదడులో మెరిసి, వేరే మార్గం లేక రెండు చేతులెత్తి దేవుడికి దండం పెట్టుకుంది.

"లేకపోతే ఏంటమ్మా , రోజుకు ఆరు సార్లు ఫుల్ గా తినమని కాదు నేను ఇచ్చిన లిస్ట్. మూడు సార్లు గా తినేది ఆరు సార్లుగా విభజించుకుని తినమని కదా చెప్పాను"

"సారీ డాక్టర్, ఏదో పొరపడ్డాను. కానీ 'కట్స్' అంటే గాయాలు కాకుండా మటుకు బానే ఏర్పాటు చేసుకున్నాను" కొంచెం ధైర్యం కూడ గట్టుకుని చెప్పింది.

"కాస్త అర్థమయ్యేటట్లు చెపుతావా అమ్మా" ఇంతకు మునుపు తను కొంచెం కఠినంగా మాట్లాడాననే ఫీలింగ్ వచ్చి, ఈ మాటు కాస్త మర్యాదగా అడిగాడు కైలాసం.

"అంటే, మొక్కలు తవ్వేటప్పుడు ఏదన్నా గాయం అవ్వకుండా తోటమాలి పెట్టుకున్నాను"

"ఓ...గార్డెన్ కోసమా"

"అంటే, పెద్ద గార్డెన్ కాదు. పది పండెండు పూల మొక్కలు ఉన్నాయి" ప్రక్కనుండి మెల్లగా జవాబిచ్చాడు ముకుందం.

"ఏమిటీ, పది మొక్కలకు పనివాడా. అన్ని పనులకు మనుష్యులు పెట్టుకున్నావు. మరి నువ్వేం చేస్తున్నావు" కమల మాటలను కట్ చేస్తూ తెచ్చి పెట్టుకున్న సహనంతో అడిగాడు కైలాసం.

"నేను గోళ్ళకు రంగులేసుకుంటున్నా. పగిలితే ప్రాబ్లం అవుతుందని, కాళ్ళను రుద్దుకుంటున్నా అంటే 'పెడిక్యూర్' చేసుకుంటున్నా"

"వాట్"

"అంటే కేవలం అవనే కాదు, ఇంటికి వచ్చే చుట్టాలను రిసీవ్ చేసుకుంటున్నాను"

"అసలైనది ఎక్సైజ్ గురించి ఏమి చేస్తున్నావు" వచ్చే విసుగును అణచుకుంటూ అడిగాడు.

"ఇప్పుడు చెప్పిన పనులే కాకుండా, వచ్చిన వారితో మాట్లాడటం, మర్యాదలు చేయటం, వారికి కావాల్సినవి అందించటం... అలా కష్టపడుతూనే ఉన్నాను"

"అది వ్యాయామమా? నేను చెప్పినదానికి, నువ్వు చేసినదానికి ఏమన్నా పొంతన ఉందా? ఏ జబ్బు ఉన్నా లేకపోయినా మనిషనే వాడు కాస్తో కూస్తో శారీరక శ్రమ చెయ్యాలి. మనం కూడా మెషీన్ లాంటి వాళ్ళమే. శ్రమించటం మానేస్తే శరీర భాగాలు పని చేయటం మానేస్తాయి" కంచు కంఠంతో కఠినంగా చెప్పాడు కైలాసం.

"ఇహ నా బ్రతుకు అయిపోయినట్లేనా" వల వల లాడింది కమల.

ఆ వల వల కి డాక్టర్ కైలాసం గుండె, జాలితో విల విల లాడింది.

"తల్లీ, కంగారు పడకు. భయాన్ని దూరంగా తరిమి కొట్టటం అన్నిటి కన్నా ముఖ్యం. షుగర్ బారిన పడ్డ వాళ్ళల్లో ప్రముఖ క్రీడాకారులు, యాక్టర్స్ అలా ఎంతో మంది ఉన్నారు. అయినా వాళ్ళు, వాళ్ళ వాళ్ళ వృత్తుల్లో రాణిస్తున్నారు. క్రమబద్ధమైన జీవిత విధానాన్ని అలవాటు చేసుకుంటే ఎటువంటి ప్రమాదమూ ఉండదు" మెత్తగా చెప్పాడు కైలాసం.

కమల, ముకుందం ఇద్దరూ శ్రద్ధగా విన్నారు.

"రేపటి నుండి వాకింగ్ మొదలుపెడతాను" కమల ఖచ్చితంగా తేల్చి చెప్పింది.

"ఓ. ఇప్పుడు నేను చెప్పింది కరెక్ట్ గా అర్థం చేసుకున్నావు. పొరపాటు సరిదిద్దుకుంటున్నావు" అంటూ కైలాసం సంతోషంతో ఉబ్బి తబ్బిబ్బు అయ్యాడు.

"వంట మనిషిని, తోటమాలిని మాన్పించి నేనే పని చేసుకుంటాను. మీ మీద...

"హమ్మో, నా మీద ఒట్లు గట్రా పెట్టకు" కైలాసం, ముకుందం ముక్త కంఠంతో కంగారుగా అరిచారు.

బిత్తరపోయింది కమల.

"ఇహ నుండి ఆహార నియమాలు పాటించటంలో, ఇంటి పనుల్లో నీకు నేను కూడా సాయం చేస్తాను, సరేనా" బుజ్జగింపుగా అన్నాడు ముకుందం.

"పర్ఫెక్ట్ గా చెప్పారు. ట్రీట్మెంట్ అంటే కేవలం మందులు మింగటం కాదు. దానికి జతగా ఆహార నియమం, వ్యాయామం కలిస్తేనే రైట్ ట్రీట్మెంట్" ఆనందంగా అన్నాడు కైలాసం.

అసూయ

శానాపతి(ఏడిద) ప్రసన్నలక్ష్మి

పక్కింటి పిన్ని గారి కాసులపేరు చూడు. ఇరుగు పొరుగు వాళ్ళు భలే బాగుపడ్డారు...

'శుభలగ్నం' సినిమాలోని ఆ పాటను యుట్యూబ్లో రోజూ ప్లే చేస్తున్నట్టే... ఈరోజు కూడా ప్లే చేసింది మా ఆవిడ. విని విని నా చెవులు చిల్లులు పడిపోతున్నాయి. పాటలు పాడడం రాదు కాబట్టి సరిపోయింది. లేదంటే ఇలాంటి పాటలతో సినిమాలోని ఆమని కంటే ఎక్కువగా దెప్పుతూ నా మనసుని కుళ్లబొడిచేదేమో? ఆఫీసు నుంచి అలసిపోయి ఇంటికొచ్చేసరికి ప్రేమగా అన్నం వడ్డిస్తూ దగ్గరుండి కొసరి కొసరి తినిపిస్తుందని ఏ రోజుకారోజే ఆశ పడుతున్నాను. నా ఆశను అడియాస చేస్తూ... సరిగ్గా అన్నం కంచం దగ్గర కూర్చున్నాకా, ఈ పాటను పెడుతుంది. మనసంతా పాడైపోయి... పట్టుమని పది ముద్దలు కూడా గొంతు దిగవు. తన ఉద్దేశ్యంలో నేను ఎక్కువ సంపాదించలేని చేతగాని మొగుడిగా జమకట్టడం వల్లే కదా. ఏది ఏమైనా సరే... ఈరోజు గట్టిగా అడిగేద్దాం అని డిసైడైపోయినా... అడిగే సమయానికి కోపాన్ని ప్రదర్శించలేక వేడుకోలుగా అడిగాను.

"ఎందుకే అమ్మూ! ప్రతిరోజూ ఆ పాట పెట్టి నన్ను చంపుతూ ఉంటావు." అసలు నీ ఉద్దేశ్యం ఏంటీ...? నేను అందరిలాంటి మొగుడునీ కాదనేగా నీ ఉద్దేశ్యం...?" దాదాపు ఏడుపు వచ్చేస్తుంటే... ఆపుకుంటూ అడిగాను.

"అయ్యయ్యో... ఎంత మాటండీ! నేనెప్పుడైనా ఆమాట నా నోటితో అన్నానా చెప్పండి? నాకు ఈ పాటంటే ఇష్టం. ఎన్నిసార్లు విన్నా నాకు తనివి తీరదు. పైగా ఈ పాట వింటుంటే... నిజంగానే మన ఇరుగుపొరుగు వాళ్లంతా బాగుపడ్డారనే అనిపిస్తూ ఉంటుంది.

ఆ మధ్య మన పక్కింటి పిన్నిగారికి వాళ్ళాయన కాసులపేరు కొనిచ్చారు. అది ఎంతో దిట్టంగా ఉండి, చాలా పొడుగుందండీ. ఆవిడ పొట్టి కావడం వల్లేమో... మెళ్ళో వేసుకుంటే బొడ్డు వరకూ వచ్చేసింది. నేను పొడుగు వల్ల నా మెళ్ళోవేసుకుంటే సగం వరకూ మాత్రమే వచ్చింది. ఒకవేళ మీరు నాకు చేయించినా దానికంటే పొడుగు చేయించాల్సి ఉంటుంది. ఇప్పట్లో మీవల్ల అయ్యేది కాదులే అని గొంతులోనే దాచుకున్నాను ఆమాటను. మిమ్మల్ని కొనిమ్మని ఎప్పుడైనా అడిగానా చెప్పండి...?" అంది ఎంతో అమాయకంగా.

నా తల్లే. నేనేమీ కాసు బంగారం కూడా కొనలేదనే కదా... పక్కింటి పిన్నిగారి కాసులపేరు గురించి చెప్పడానికి ఆ పాటతో చెవుల్లో మోత పెడుతున్నావు. మనసులో మండిపడుతూ పైకి ఏమీ ఎరుగని దానిలా, నంగనాచి కబుర్లు ఒకటి. పైగా ఆవిడ కాసులపేరు దీనికి సగం వరకే వచ్చిందట. నాలాంటి మగాళ్లని నిలువునా ముంచేస్తూ కొంపగుల్ల చేసేయడానికే ఇలాంటి ఆలోచనలన్నీ వస్తాయి ఈ ఆడాళ్లకు.

నేను చావనన్నా చస్తాను గానీ మా ఆవిడకు లొంగకూడదు అనుకున్నాను మనసులో.

***

ఓరోజు ఆఫీసు నుంచి వచ్చాక... చక్కగా దగ్గర కూర్చుని భోజనం వడ్డిస్తుంది నా భార్య. అలా తిని ఎన్నాళ్లయ్యిందో. రోజూ వినిపించే పాట వినిపించక ఇల్లంతా చాలా ప్రశాంతంగా ఉంది కూడా.

ఒకవేళ ఆ పాట పెట్టడం మర్చిపోయుంటుందిలే అని సంబరపడ్డాను. మళ్లీ గుర్తుచేస్తే ఎక్కడ పెట్టేస్తుందోనని భయపడి నేనేమీ మాట్లాడలేదు. ఆరోజే కాదు... మర్నాడు కూడా ఆ పాట వినిపించలేదు. రోజూ వినేపాట రెండు రోజుల నుంచి వినకపోవడంతో... నాకే బోరనిపించి ఉండబుద్ధిగాక ఇక అడిగేద్దామనిపించి... నా భార్య వైపు చూసాను. ఎంతో సంతోషంగా ఉంది.

"అసలు ఏమైందే నీ బుర్రకు...? ఎప్పుడూ పెట్టే పాట పెట్టడం మానేసావు. రోజూ మాడు ముఖం వేసుకుని అన్నం పెట్టే నువ్వు సంతోషంగా వెలిగిపోతున్నావు. కారణం ఏంటి...? నీకేం అవ్వలేదు కదా?" కంగారుగా అడిగాను.

నా మాటకు కస్సున చూసింది. "ఈ మాట నిన్ననే అడుగుతారని చూసాను. మీరసలు నా ముఖం వైపు కూడా చూడకుండా ఎప్పుడూ తిండి దొరకని వాడిలా ఆబగా అన్నం తింటుంటే... సర్లే అడిగితేనే చెపుదామని ఊరుకున్నాను." అంది.

"సరే! పోనీ ఇప్పుడు అడిగాను కదా. ఆ సంతోషానికి కారణం ఏంటీ...? ఆ పాట గానీ నీకు బోరుకొట్టిందా? అంటూ నాలోని సందేహాలన్నీ ఒకదాని తర్వాత ఒకటి అడుగుతుంటే...

"ఛ... ఆపండి. నేను చెప్పబోతుంటే మీకెందుకు అంత కంగారు? నాకేం అవ్వలేదు. నేను బానే వున్నాను. నాకు బాగా జ్ఞానోదయం అయ్యింది కాబట్టే ఆపాటను పెట్టడం మానేసాను. ఎంతైనా పిన్నిగారికి మరీ అంత గొప్ప పనికిరాదు. ఆవిడకు జరిగిన సంగతి తెలిసాక నా కళ్ళు కుట్టడం ఆగిపోయింది. సంతోషంతో కడుపు నిండిపోయిందనుకోండి" అంది.

"ఓహో... అదా సంగతి! ఇంతకీ ఆవిడకేం జరిగింది? నీకెందుకు జ్ఞానోదయమయ్యిందో? ఆ పాట పెట్టకుండా నన్ను హింసించడం ఎందుకు మానేసావో సూటిగా చెప్పి తగలడు" అన్నాను.

"మరే... ఏం లేదండీ. పిన్ని గారు మంచి పట్టుచీర కట్టుకుని, మెడ నిండుగా కాసులపేరు వేసుకుని, ఎంతో దర్పంగా బయటకు వచ్చి... మన వీధి చివర ఉన్న అమ్మవారి గుడికెళ్లి వస్తాను అంటూ... అమ్మవారిలా తయారై వెళ్తున్నారు. ఈలోపులో మేము చూస్తుండగానే... వెనుకనుంచి పుటుక్కున కాసులపేరుని కత్తిరించి లాక్కుపోయారు ఇద్దరు దొంగ వెధవలొచ్చి. ఆవిడ లబోదిబోమని అరిచేసరికి... నలుగురూ పోగయ్యారు గానీ, వాళ్ళు తప్పించుకుని కాసులపేరుతో సహా పారిపోయారు.

ఆవిడకి అలా జరిగాక నాకు భలే జరిగింది అనిపించింది. ఆవిడ కాసులపేరే లేనప్పుడు... నేను పాట వేసుకుంటూ ఏడ్చుకోవడం దండగే కదా." అంది ఏదో ఉద్ధరించినట్టు.

'పక్కింటివాళ్లకు ఏదైనా ఉంటే అసూయ. అది పోతే ఆనందం. మీ ఆడాళ్లను మార్చలేం నాయనోయ్' అనుకున్నాను మనసులో!

అంతకు మించి

చిలుకూరి ఉషారాణి

ఉదయం 11:00 గంటలు.

యథావిధిగా రామం ఇంటి ముఖ ద్వారంను తెరిచింది, ఆ ఇంటి పనులు చేసే ఎల్లమ్మ.

ఎదురుగా పార్వతీదేవి! బంగారు వర్ణంలో మెరిసిపోతూ,తనను ఆశీర్వదిస్తున్నట్లుగా నిలుచుని ఉంది. ధగధగమంటూ దేవి స్వరూపంతో వెలిగిపోతుంటే, అమ్మవారిని, అందునా, అలా ఎదురుగా చూసేసరికి ఆనందాశ్చర్యాలతో, భక్తి పరవశంతో గబుక్కన అమ్మవారి కాళ్ళ మీద పడి సాష్టాంగ నమస్కారం చేసింది ఎల్లమ్మ.

అమ్మా, తల్లి! అంటూ, భక్తి పరవశంతో ఉన్న ఎల్లమ్మ ,

ఎల్లమ్మ .. అంటూ తనని పిలిచినట్లనిపించి, ప్రక్కగా చూసింది. ఆ పక్కనే మహేశ్వరుడు! మెడలో నాగారంతో, ఒంటిమీద పులి చర్మంతో, శిరస్సుపై చంద్రవంకతో చిద్విలాసంగా నవ్వుతూ, నిలుచొని ఉన్నాడు.

స్వామి! అంటూ మరింత భక్తి పారవశ్యంతో రెండు చేతులెత్తి దండం పెట్టి, పాదాభివందనం చేయబోయింది.

కట్ కట్ ...అంటూ కెమెరాని చేత్తో పట్టుకొని మధ్యలోకి వచ్చాడు ఒక కుర్రోడు.

ఎల్లమ్మకు అర్థం కాక, ఆ దృశ్యాన్ని అలాగే కన్నార్పకుండా చూస్తుంది.

ఏ ఎల్లమ్మ! అని గట్టిగా అరవగానే సాక్షాత్తు శివుని రూపంలో ఉన్నది తమ అయ్యగారు రామం గారని అర్థమయ్యేసరికి, 'అయ్యా!' అంది వినయంగా.

అబ్బా ఎల్లమ్మ, మధ్యలో నువ్వొచ్చి చెడగొట్టావ్. కష్టపడి మేకప్ వేయించుకున్నాను. ఇంకొక్క రెండు డైలాగులు చెప్పేస్తే మా షాట్ అయిపోయేది. అయినా, నిన్ను సాయంత్రం రమ్మన్నాను కదా అంటూ, అసహనాన్ని ప్రదర్శిస్తున్న పార్వతి అమ్మవారి రూపంలో ఉన్నది తన అమ్మగారు, వనజాక్షి అని పోల్చుకోగానే,

అంటే... ఎదురింట్లో పనైపోయింది, మళ్ళీ ఈ ఒక్క ఇల్లు కోసం అంత దూరం నుండి ఏం వస్తానులే అని, పని చేసేసుకొని పోవచ్చు కదా అని.. వచ్చానమ్మా అంటూ వినయంగా సమాధానం ఇచ్చింది పనమ్మాయి ఎల్లమ్మ.

నిజ్జంగా పార్వతీ పరమేశ్వరులే వచ్చారనుకున్నాను అమ్మా అని అంటున్నా,

సర్లే నువ్వెళ్ళి ఆ పనుల సంగతి చూడు అంటూ తన చేయాల్సిన పనులను పురమాయించి, మళ్లీ మేకప్ వేయించుకునే ఓపికిక నాకు లేదు అనుకుంటూ, షాట్ కి రెడీ అయిపోయింది వనజాక్షి. ఎలాగోలా ఆ రీల్ ని పూర్తి చేసింది రామం డైరెక్షన్లో.

ఎల్లమ్మ పుణ్యమా అంటూ ఆ చుట్టుపక్కలంతా, ఈ సంగతి ఆ నోట, ఈ నోట నానింది. "పిల్లలిద్దరూ చక్కగా సెటిలైపోయారు ఈ వయసులో ఇవన్నీ అవసరమా వీళ్ళకు" అని కొందరు, "ఆ! రిటైరైతే ముసలోళ్లయినట్లేనా ఏంటి? మాకూ ఉన్నారు ఎందుకు, ఒక సరదా లేదు! పాడు లేదు" అని సమర్థించే వాళ్ళు లేకపోలేదు.

ఎవరేమనుకున్నా రామం మాత్రం రోజురోజుకీ కొత్త రీల్స్ తో దూకుడు పెంచేశాడు. మొదట్లో కష్టంగా అనిపించినా, వనజాక్షికి అదంతా అలవాటై పోయింది. ఎందుకంటే ఎప్పుడో అవసరమైతే తప్ప అందులో నటించమని, తనని మాత్రం ఇబ్బంది పెట్టడు.

సర్వీస్ లో ఉండగానే, పిల్లలిద్దరినీ పై చదువుల కోసం వాళ్లు కోరుకున్న విధంగా వారిని విదేశాలకు పంపించానన్న తృప్తితో పాటు, రిటైర్మెంట్ తర్వాత వాళ్లకు దగ్గరగా లేకపోయానన్న వెలితితో దిగులుగా ఉండేవారు. నాకంటే ఇంట్లో పనితో సరిపోయేది, కానీ ఆయనకేమీ వ్యాపకం లేక దిగులు చెందేవారు. ఈ రీల్స్ ఎలా అలవాటైనియ్యో గాని, మొదట్లో ఆయన వెలితిని పూడ్చడానికి మందులాగా పని చేసిందిలే అనుకున్నాను కానీ, ఇప్పుడు రోజు లో అదే పెద్ద పనిగా అయిపోయింది ఆయనకు, అంటూ తన గోడును వెలిబుచ్చుకుంది వనజాక్షి, కొత్తగా పక్కింటిలోకి అద్దెకు వచ్చిన వారితో. చివరిలో కొసమెరుపు కూడా చెప్పింది లైక్ , కామెంట్ ఇంకా సబ్స్క్రైబ్ కూడా చేసుకోమని.

రీల్స్ ను దాటి, అంతకుమించి చేయాలని ప్రయత్నాలు కూడా చేశాడు రామం. స్వతహాగ చిన్నప్పటి నుంచీ నాటక రంగం మీద ఉన్న ఆసక్తితో మార్కెట్లో విడుదలయ్యే వస్తువులపై, చిన్న చిన్న గా ప్రమోషన్స్ చేయడం కూడా మొదలెట్టారు. స్వామి కార్యం, స్వకార్యం రెండూ అలా జరిగిపోతున్నాయి.

అంతకుమించి, వినూత్నంగా చేయాలని ఆలోచిస్తున్న సమయం లోనే, తన చిన్ననాటి కోరిక మదిలో మెరిసింది.

రామానికి చిన్నప్పటినుంచి కోయదొరలంటే మక్కువ ఎక్కువ. ఎందుకంటే, తన చిన్నప్పుడు "నువ్వు గొప్పవాడివవుతావని కోయదొర చెప్పాడని" అమ్మ చెప్పేది. అలా అమ్మ చెప్పిన మాటలు మదిలో నాటుకుపోయాయి. అలా చిన్ననాటి కోరిక మదిలో మెదిలిందో లేదో, ఇలా క్షణం ఆలస్యం చేయకుండా వెంటనే అమలు చేసేసాడు రామం.

ఒకరోజు కోయదొర వేషం కట్టి, ఎవ్వరూ తెలియని వేరొక వీధిలోకి అలా నడుచుకుంటూ వెళ్ళాడు, పక్కనే తనకు సహాయంగా అసిస్టెంట్ ని వెంటేసుకొని.

సినిమాల్లో తప్ప బయట ఎప్పుడూ చూడలేదంటూ, ఆ వీధిలోని జనాలు తన చుట్టూ గుమిగూడుతున్నారు. కోయదొరలంటే ఇలానే ఉంటారు, చూడండని తమ తమ పిల్లలకు చూపిస్తూ, ఫొటోలు తీస్తుంటే, రామానికి ఎక్కడలేని సంతోషమేసింది. రెట్టింపు ఉత్సాహంతో నిజమైన కోయదొరలా పరకాయ ప్రవేశం చేశాడు. తన చుట్టూ గుమిగూడిన జనాలను దాటుకుంటూ, అక్కడికి దూరంగా అస్సలు తనను ఏమాత్రం పట్టించుకోని, నిలుచున్న ఒక అపరిచిత వ్యక్తి దగ్గరకు వెళ్లి, "కుర్రో కుర్రు! అమ్మ జగదంబ పలుకు, నీకు చెబుతోంది వినుకో కూన, నీ జాతకం నేటితో తిరగబడుతుంది , రాసి పెట్టుకో కూన, ఇది అమ్మ ఆన" అని చేతిలో ఉన్న దండాన్ని అతని తలపై ఆన్చి, అలా ఆవేశంగా చెప్పేసి, అక్కడనుండి వచ్చేసాడు.

తన చిన్న కోరికను అలా సులభంగా తీర్చేసుకున్నందుకు, ఆ రోజు మాత్రం హాయిగా నిద్రపోయాడు.

రెండ్రోజుల తర్వాత టీవీలో తనను తాను చూసుకున్నప్పుడు గానీ, రామానికి తెలియలేదు అది ఎంత పెద్ద అవాంతరంగా మారిందోని.

"ఎవరీ కోయదొర!

ఎందుకు హఠాత్తుగా ప్రత్యక్షమయ్యాడు?

ఆ వివరాలు మరికాసేపట్లో చూద్దాం స్టేట్యూన్" అంటూ ఒక ఛానెల్ లో,

తను మరెవరో కాదు, మన రామనాథం" అంటూ తన రీల్స్ ను చూపిస్తున్నారు, మరొక ఛానెల్ లో.

ఏవండీ! "ఒక్కసారన్న టీవీలో కనిపించాలని" తెగ ఆశ పడ్డారుగా, బాగా చూడండి మీ గురించే, పదే పదే చూపిస్తున్నారు అని వనజాక్షి అంటుంటే, అసలేం జరుగుతుందో తెలియలేదు రామానికి.

నేను ఎవ్వరికీ తెలీకుండా చేశాను కదా! ఎలా తెలిసిందబ్బా అని అనుకుంటుండగా తన అసిస్టెంట్ ఫోన్ చేసి చెప్పేదాకా తెలియలేదు అసలు సంగతి.

"మొన్న మీరు యాదృచ్ఛికంగా చెప్పిన విషయం నూటికి నూరుపాళ్ళు నిజం అయ్యింది సార్. ఆయన ఒక్క రోజులో కోటీశ్వరుడైపోయాడు. కాకపోతే పెద్ద మొత్తంగా సైబర్ క్రైమ్ చేసి. అది కూడా మీ ఫోన్ ద్వారానే.

"మీ ఫోన్ ద్వారానే" అన్న మాట వినగానే, ఒక్కసారిగా ఖంగు తిన్నాడు రామం. గుండె జారినంత పనయ్యింది రామానికి. తడబడుతోన్న కంఠస్వరంతో, తను విన్నది నిజం కాదేమోనన్న అనుమానంతో, సరిగ్గా వినిపించలేదు ఏమంటున్నావో? అని మళ్ళీ అడిగాడు రామం.

సార్, మీరు బాగా గుర్తుకు తెచ్చుకోండి, ఆరోజు మీరు, ఆ అపరిచిత వ్యక్తికి జాతకం చెప్పిన తర్వాత, చివరిలో "మీతో ఒక్క ఫోటో దిగాలని" మిమ్మల్ని అభ్యర్థించాడు, గుర్తుందా!

ఆ, అవునవును! అన్నాడు రామం తడబడుతూ.

మీరు ఆవేశంగా మీ ఫోన్ లాక్ తీసి మరీ అతని చేతికిచ్చారు, అతను ఫోటో కూడా తీసుకున్నాడు! చెప్పాడు అసిస్టెంట్.

ఆ అవునవును .. ఐతే! అడిగాడు రామం ఆతృతగా.

ఇంకేముంది! అప్పుడే ఏదో లింక్ ఓపెన్ చేసుకుంటాడు. మీ ఫోన్ నెంబరునుపయోగించి, మిమ్మల్ని ట్రాప్ చేసి, ఇలా ఇరికించాడు. మీ నెంబర్ తో సైబర్ క్రైమ్ చేసేసాడు.

అంటే.. అంటే ఇప్పుడు నేను క్రైమ్ చేసినట్లా? అడిగాడు రామం అనుమానాస్పదంగా.

అంతేగా! మీ ఫోన్ నెంబరు పోలీసు వాళ్ళ రికార్డు లో రిజిస్టరైపోయింది కాబట్టి, ఏ సమయంలో నైనా వాళ్లు మీ ఇంటి తలుపు తట్టవచ్చు అని చావు కబురు చల్లగా చెప్పి ఫోన్ పెట్టేశాడు అసిస్టెంట్.

అంత AC లో కూడా వళ్ళంతా ముచ్చెమటలు పట్టి, నుదుటి మీద నుంచి స్వేద బిందువులు జల జలా రాలుతున్న రామాన్ని చూసి, ఏమైందండీ అన్నది, వనజాక్షి భయంతో.

నేటితో నా జాతకం తిరగబడిందే అన్నాడు వణికిపోతూ.

అమ్మాయి పెళ్లి

డా. కె.జి. వేణు

ఆ రోజు ఆదివారం. సెలవుదినమైతే చాలు, ప్రొద్దుటే లేచి, దినపత్రికను ఆ చివరినుండి, ఈ చివరిదాకా చదవటం మాధవరావుకు అలవాటు. దినపత్రికలోని వార్తలను గట్టిగా చదువుతూ... 'గణపతినగరంలో పట్టుచీరలు కొనలేదని భర్తను హత్యచేసిన భార్య... పాములపాడులో వజ్రాలహారం కొంటే, వద్దన్నాడని భర్తను గొంతునులిమి చంపిన భార్య...చదలవాడలో టి.వి. చూస్తుంటే అడ్డువచ్చాడని అడ్డంగా నరికేసిన భార్య ....'

మాధవరావు చేతులు వణికి, పేపరు చదవటం ఆపి... 'అమ్మో... అన్నీ చావు కబుర్లే. మా ఆవిడకు ఈ వార్తలు తెలిస్తే ఇంకేముంది, ఆ స్త్రీలను ఆదర్శంగా తీసుకుంటుంది. ముందు ఈ పేపర్ని ఎక్కడయినా దాచేయాలి... కాదు, కాదు ముందు ఈ న్యూస్ పేపర్ని చింపి అవతల పడేయాలి..' అంటూ పేపర్ని ముక్కలు, ముక్కలు చేసి బయట విసిరేశాడు.

ఇంతలో భార్య భ్రమరాంబ వచ్చి కాఫీ గ్లాసు అందించింది. కొద్దిగా త్రాగి వికారంగా మొహం పెట్టాడు మాధవరావు.

'మరీ అంతలా కోతిలా మొహం పెట్టకండి. అన్నట్లు కోతినుంచి మనిషి పుట్టాడంటే ఇన్నాళ్లు నేను నమ్మలేదండి. ఇప్పుడు మన ఇంట్లోనే అందుకు ఆధారాలు దొరికాయి...' అంది.

'మన ఇంట్లో ఆధారాలా?' ఆశ్చర్యపోయాడు మాధవరావు.

'అవునండి. పాత పుస్తకాలన్నీ బయటికి తీసి, అలమారా శుభ్రం చేస్తూ వుంటే అడుగున మీ చిన్నప్పటి ఫోటో ఒకటి దొరికింది. అది చూశాక మనిషి తప్పకుండా కోతినుంచే పుట్టాడని పూర్తిగా నమ్మేశాను...' అంది నవ్వుతూ.

'ఆపు నీ వాగుడు...' అంటూ గట్టిగా అరిచాడు మాధవరావు.

'నిజాలు చెప్పితే చాలు భరించలేరు కదా!' అంటూ చిరాకుతో భ్రమరాంబ లోపలికి వెళ్లిపోయింది.

ఆ అరుపులకు లోపల్నుంచి కూతురు కోమలి బయటికి వచ్చింది. 'ఏంటి నాన్న ఉదయాన్నే మళ్లీ మీరిద్దరు మొదలు పెట్టారు...' అంది.

'అంతా నా ఖర్మ తల్లీ...' అంటూ తల బాదుకున్నాడు.

'అలా అనకండి నాన్న. ఈ రోజు మీ మ్యారేజ్ డే...' అంది చప్పట్లు కొడుతూ కోమలి.

'అవునా... నాకసలు గుర్తులేదమ్మా...' అన్నాడు మాధవరావు.

'అదేంటి నాన్న. ఆగస్టు పదిహేను మీకు గుర్తు వుంటుంది. మరి మీ మ్యారేజ్ డే గుర్తుండదా?" అనుమానంగా అడిగింది కూతురు కోమలి.

'ఉండదమ్మా...ఎందుకంటే స్వాతంత్ర్యం వచ్చింది కాబట్టి ఆగస్టు పదిహేను గుర్తు వుంటుంది. స్వాతంత్ర్యం పోగొట్టుకున్నాను కాబట్టి పెళ్లిరోజు అసలు గుర్తు వుండదమ్మా...' అన్నాడు చాలా విచారంగా.

'ఏమిటి వాగుతున్నారు...' అంటూ అప్పడాల కర్రతో రుద్రకాళిలా బయటికి వచ్చింది భ్రమరాంబ.

భార్యను చూసి నిజంగానే భయపడిపోయాడు. 'ఏమీలేదే. ఈ రోజు మన మ్యారేజ్ డే కదా! ఏ హోటల్ కు వెళ్లాలని, నేను కోమలి చర్చించుకుంటున్నాం. ఇదిగో ఇంతలో నువ్వు వచ్చావు. హొటల్ కు మాత్రమే కాదు, అట్నుంచి అటే

సినిమాకు కూడా వెళ్లిపోదాం. సరేనా' అన్నాడు. గతంలో పడిన అప్పడాల కర్ర దెబ్బను గుర్తుచేసుకుంటూ.

***

'అమ్మా! వంట చేయటానికి గిన్నెలు కడగమంటావా...' తల్లికి సాయం చేద్దామని అడిగింది కోమలి.

'వద్దమ్మా, రాత్రి వండిన గిన్నెల్లోనే వంట చేస్తాను...' అంది భ్రమరాంబ.

'ఛీ ఛీ! అలా ఎవరైనా వంట చేస్తారా...' అసహ్యించుకుంది కోమలి.

'మరేం చేయమంటావు తల్లీ... పదేళ్లనుంచి ఈ గిన్నెలనే వాడుతున్నాను. కొత్త గిన్నెలు మీ నాన్న కొనడట. మరి ఉన్నవాటిని రోజూ ఇలా తోముతూవుంటే అవి అరిగిపోవు...' అంటూ కూరగాయల్ని కోయటం మొదలుపెట్టింది.

'అమ్మా...' అంటూ గట్టిగా కేకలు వేసింది కోమలి. 'పుచ్చులు, పురుగులు వున్న వంకాయల్ని పడేయకుండా వాటిని తరుగుతున్నావేమిటమ్మా?' ఆశ్చర్యంగా అడిగింది కోమలి.

'ఈ రోజు మీనాన్న డబ్బులు ఇవ్వకుండానే నాన్వెజ్ వండమన్నాడు. అందుకే వాటితో కూర చేస్తున్నాను...' అంది.

'అమ్మా! వింటుంటేనే నాకు వాంతి వచ్చేలా వుంది. ఆ వంట మనుషులు ఎలా తింటారమ్మా...'

'నువ్వు ఎలాగు రోజూ మీ ఆఫీసు క్యాంటిన్లో తింటావు కదా! ఈ రోజు నేను ఉపవాసం. ఇక వంటంతా మీ నాన్న ఒక్కడికే...' అంది.

'ఎందుకమ్మా, నాన్నగారి మీద అంతకోపం' అంది కోమలి.

'కోపం కాదే అంతా నా ఖర్మ. నీకు మాత్రం నా తమ్ముడితో పెళ్లి చేస్తాను. వాడయితే నిన్ను పువ్వుల్లో పెట్టుకుని చూసుకుంటాడు...' అంది భ్రమరాంబ.

'అప్పుడే నాకు పెళ్లేమిటమ్మా...' వద్దు అన్నట్లు గారాబంగా తల్లివైపు చూసింది.

దగ్గరికి వచ్చి కూతురు భుజాలు పట్టుకుని... 'అలా అనకే నా తల్లీ... అలస్యం చేస్తే నీకూ, నాలాగే చెత్త సంబంధం ఏదో ఒకటి దొరుకుతుంది... నా మాట కాదనకు. ఇంతకీ ఏమంటావ్...' అంది కూతుర్ని బ్రతిమాలుతూ...

'నేను ఆఫీసుకు వెళ్తున్నానమ్మా...' అంటూ సమాధానం చెప్పకుండానే వెళ్లిపోయింది కోమలి.

భ్రమరాంబ వంట చేయడం మొదలు పెట్టింది. ఇంతలో బయటినుంచి మాధవరావు అలిసిపోయి వచ్చాడు.

'భ్రమరా... భ్రమరా...' అంటూ గట్టిగా అరిచాడు.

'గొంతుకోసిన మేకపిల్లలా ఏమిటి ఆ అరుపులు... ఇక్కడే ఉన్నాను చెప్పండి...' అంది.

'ఇందాకా బయటినుంచి ఫోను చేశాను... మరి నువ్వు ఫోను ఎత్తలేదేం?' కోపంగా అడిగాడు.

భ్రమరాంబ చాలా తాపీగా... 'డాక్టరుగారు బరువులు ఎత్తద్దన్నారు కదండి... అందుకే ఫోను ఎత్తలేదు...' అంది

కోపం పట్టలేక వూగిపోయాడు మాధవరావు.

'ఏమిటి? వూగిపోతున్నారు. కొడతారా?...' అంది ముందుకు వచ్చి.

'అంత అదృష్టం నా జాతకంలో ఎప్పుడైనా వుందా? అది అలా వుంచు. ఈ రోజు పులిహొర చేయమన్నాను. చేశావా... పులిహోర తిందామని ఆశగా వుందే...' అన్నాడు లొట్టలేసుకుంటూ.

'మీ కోరికను నేను ఎప్పుడైనా కాదన్నానా. పులిహోర రెడీ. ఉండండి తెస్తాను...' అంటూ లోపలికి వెళ్లింది.

'పూరకే దెబ్బలాడుతుంది కానీ, భ్రమరకు నేనంటే మహా(ప్రాణం. నాకోసం స్పెషల్ పులిహోర చేసి వుంటుంది...' మహా ఆనంద పడిపోతున్నాడు మాధవరావు.

'ఇదిగోనండి పులిహోర తినండి...' అంటూ ప్లేటు చేతికిచ్చింది, భ్రమరాంబ.

'థ్యాంక్స్ భ్రమరా...' అంటూ తినటం మొదలుపెట్టాడు... ఒక్క ముద్ద నోట్లో పెట్టుకున్నాడో లేదో చేదు భరించలేక మొత్తం వుమ్మేశాడు.

భర్త ముఖంలోని వికారాన్ని చూస్తూ... 'ఏమయిందండి... అలా పులిహోరాను ఉమ్మేశారేంటి?" అడిగింది.

'నీ అమ్మ కడుపుమాడ... పులిహోర ఏమిటే ఇంత చేదుగా వుంది. ఇందులో నిమ్మరసం కలపలేదా?' అనుమానంగా భార్య ముఖంలోకి చూస్తూ అడిగాడు.

'నిమ్మకాయలు కావాలని మూడు రోజుల్నుంచి మొత్తుకుంటున్నాను. తెచ్చారా? లేదే. ఇంట్లో నిమ్మకాయలు లేకపోతే... నిమ్మరసం కలిగిన సబ్బు అని బట్టలుతికే సబ్బుమీద రాసివుందండి. నిమ్మరసం, నిమ్మరసమే కదాని ఆ సబ్బును మొత్తం పౌడరు చేసి, దాన్ని కలిపి పులిహోర చేశాను...' అంది.

కోపం పట్టలేక పోయాడు మాధవరావు. 'విషం కలపలేక పోయావా...' అన్నాడు.

దిగులుగా మొహంపెట్టి... 'విషం అంత తొందరగా దొరకదు కదండి...' అంది అమాయకంగా.

'దొరికితే విషం కలుపుదామనే... ఏమిటే నన్ను చంపాలని చూస్తున్నావా?' అంటూ మీదికొచ్చాడు.

భర్తను శాంతపరుస్తూ... 'ఛీ! మిమ్మల్ని ఎందుకు చంపుకుంటానండి... వంటపని తప్ప, ఇంట్లో మిగిలిన పనులన్నీ మీరే కదా చేస్తున్నారు. మీరు అంట్లు తోమితే, అవి తళ, తళ మెరిసిపోతాయి. సంక్రాంతి వచ్చిందంటే ఇంటిముందు

ముగ్గులు వేసేది మీరే కదండి... మీరు లేకపోతే ఆ పనులన్నీ ఎవరు చేస్తారు చెప్పండి...' అంది.

వినలేక కోపంగా 'ఆపు...మైకు పెట్టి అంత పెద్దగా చెప్పనక్కరలేదు.. అంతా నా ఖర్మే... ఖర్మ...' అంటూ కుర్చీలో కూర్చున్నాడు.

భ్రమరాంబ కూడా ఆ ప్రక్కనే కూర్చుంటూ... 'ఈ ఖర్మలు ఎప్పుడూ మనకు వుండేవే. ఏదైనా క్రొత్త విషయం వుంటే చెప్పండి...' అంది.

తెలియకుండానే మాధవరావులో హుషారు వచ్చింది. 'అలా అన్నావ్ బాగుంది. నీకో గుడ్ న్యూస్ చెబుతాను విను 'అన్నాడు.

మూతి మూడు వంకర్లు త్రిప్పుతూ... 'అది ఖచ్చితంగా నాకు బ్యాడ్ న్యూసయి వుంటుంది చెప్పండి...' అంది.

'మన అమ్మాయికి మంచి సంబంధం వచ్చిందే... అబ్బాయి రోజూ జైలుకు వెళ్తుంటాడట...' అన్నాడు.

కోపం పట్టలేక పోయింది భ్రమరాంబ. 'అంటే వాడు దొంగ వెధవన్న మాట. ఇంతకంటే మీకు మంచి సంబంధం మీకు దొరకలేదా?' రుస రుసలాడింది భ్రమరాంబ.

భార్యను చల్లపరుస్తూ... 'చూడు భ్రమరా! అబ్బాయి దొంగ కాదే వెర్రిమొహమా... జైల్లో అతనికి ఉద్యోగం...' అన్నాడు.

వెంటనే కన్నీళ్లు పెట్టుకుంది భ్రమరాంబ. 'మీరు కూడా వెళ్లి జైల్లో కూర్చోండి పీడ విరగడై పోతుంది...' అంది.

విసిగిపోయిన మాధవరావు... 'తెచ్చిన ప్రతి సంబంధానికి ఏదో ఒక వంక పెడుతున్నావు. ఇంతకీ ఏమిటే నీ ఉద్దేశ్యం...' కళ్లల్లోకి సూటిగా చూస్తూ అడిగాడు.

ఒక నిర్ణయానికి వచ్చిన దానిలా నిలబడి 'నా ఉద్దేశ్యం ఎప్పటికీ ఒక్కటే...

కోమలిని నా తమ్ముడికి తప్ప ఎవరికి ఇచ్చి పెళ్లి చేసినా నేను ఒప్పుకోను...' అంది.

మాధవరావు ఎక్కడలేని ధైర్యం తెచ్చుకుని... 'చూడు ఇప్పటికి వందసార్లు నీ తమ్ముడి ప్రసక్తి తెచ్చి వుంటావ్, ప్రతిసారి నేను కూడా చెప్తూనే వున్నాను. మళ్లీ ఇప్పుడు కూడా చెప్తున్నాను. నా ప్రాణం పోయినా సరే, నా కూతుర్ని మాత్రం నీ తమ్ముడికిచ్చి పెళ్లి చేసేదే లేదు. దీన్ని రాసి పెట్టుకో. మళ్లీ, మళ్లీ నీ తమ్ముడి ప్రసక్తి నా దగ్గర తీసుకురావద్దు. ఓకే నా...' అంటూ

గట్టిగా కేకలేశాడు.

భ్రమరాంబ కూడా ఏమాత్రం తగ్గలేదు.' నా తమ్ముడికంటే మీకు మంచి సంబంధం మరొకటి దొరకదు...ఇది నా శాపం...' అంది.

రోషం వచ్చింది మాధవరావుకు. 'చూడు, ఒకవేళ ఏ సంబంధమూ దొరక్కపోతే వీధుల్లో ముష్టి అడుక్కొనే ముష్టోడికైనా సరే నా కూతుర్ని ఇచ్చి పెళ్లి చేస్తానేమో కానీ, నీ తమ్ముడికి మాత్రం నా కూతుర్ని ఇవ్వను. ఇదే నా ఆఖరిమాట. ఇదే నా శపథం, ఇదే నా శాసనం. అర్థమయిందా?...' పులిలా గర్జించాడు మాధవరావు.

ఇంతలో ముష్టోడు బయట్నుంచి... 'అమ్మా దానం చేయండమ్మా...' అంటూ అరిచాడు.

'వీధిలో ఎవడో ముష్టోడు వచ్చినట్లుంది... ఈ పులిహొూర తీసికెళ్లి వాడికేసేయ్ ..." అన్నాడు మాధవరావు.

ఇంతలో ముష్టోడు సరాసరి ఇంట్లోకి వచ్చాడు.... వచ్చీరాగానే... 'నాకు కూడొద్దు బాబు...' అన్నాడు.

సహనం కోల్పోయిన మాధవరావు 'మరేం కావాల్రా...' కోపంగా అడిగాడు.

“పెళ్లి కావాల బాబు. మీ అమ్మాయిని దానం చేత్తే… పెళ్లి చేసుకుంతాను…’ అన్నాడు మెలికలు తిరిగిపోతూ…

‘ఎవడ్రా నువ్వు… మతి చెడిందా? మా అమ్మాయిని పెళ్లి చేసుకుంటానంటున్నావ్…’ అంటూ కొట్టబోయాడు మాధవరావు.

భ్రమరాంబ చీపురుతో ముష్టోడి మీదికి వస్తూ… ‘సరాసరి ఇంట్లోకి వచ్చిందే కాకుండా మా అమ్మాయిని పెళ్లి చేసుకుంటానంటావా? ఎంత ధైర్యంరా నీకు…’ అంటూ చీపురుతో కొట్టబోయింది.

ముష్టోడు ఆ చీపురును తీసుకొని విసిరేస్తూ… ‘ఎందుకండి అమ్మగోరు అలా కోప్పడతారు. ఇందాక అయ్యగోరే కదా అన్నారు…’ అంటూ మాధవరావును చూపించాడు.

ఖంగుతిన్న మాధవరావు ముందుకు వచ్చి… “ఏమన్నానురా…’ అంటూ అమాయకంగా ముఖం పెట్టాడు.

‘ఒకవేళ ఏ సంబంధమూ దొరక్కపోతే వీధుల్లో ముష్టి అడుక్కొనే ముష్టోడికైనా సరే మీ కూతుర్ని ఇచ్చి పెళ్లి చేస్తానని… మీరే అన్నారు కదండి…’ అంటూ ముష్టోడు గుర్తుచేశాడు.

‘ఆయనకు మతిలేక ఏదో వరుసకు మాట్లాడితే దాన్నే పట్టుకుంటావా?… రుస, రుసలాడింది భ్రమరాంబ.

‘ఆయన ఏ వరుసలో మాట్టాడినా, నాను మాత్రం, మీతో వరుసలు కలుపుకోవడానికే వొచ్చాను. పైగా అయ్యగోరు సత్యహరిశ్చంద్రుడి లాంటోడమ్మా,

అన్నమాట నిలబెట్టుకుంతారు. నా కాళ్లు కడిగి కన్యాదానం సేత్తారు.

‘ఛస్, నోరు మూయరా పెంట వెధవా… నీ కాళ్లు నేను కడగడమేమిటి?

ఇక్కడ్నుంచి వెళ్లకపోతే కాళ్లు విరిచి వీధిలోకి విసిరేస్తాను...' కోపంతో గుడ్లు వురిమాడు మాధవరావు.

ముష్టోడు మాత్రం ఏమాత్రం తగ్గేదేలేదంటూ... 'మీరేం చేసినాసరే పెళ్లికాకుండా నాను ఇక్కడ్నుంచి కదినేది లేదండి...' అంటూ కూర్చుండిపోయాడు.

'ఓరేయ్ ఇక్కడ్నుంచి వెళతావా లేదా... లేకపోతే నిన్ను చంపేస్తాను వెధవా...' అంటూ కోపం ఆపుకోలేక కొట్టబోయాడు మాధవ రావు.

ముష్టోడు మరింత బిగుసుకుపోయి... 'నాను శవంగా మారినా సరే.... పెళ్లయితే కానీ ఇక్కడ్నుంచి కదలేది నేదు...' అంటూ కాలు మీద కాలేసి కూర్చున్నాడు.

మాధవరావు పిచ్చెక్కిపోతున్నాడు. ఏం చేయాలో తెలియక... 'ఏమిటే భ్రమరా వీడు ఏకులా వచ్చి మేకులా అయిపోయాడు...' అంటూ భార్యతో మొరపెట్టుకున్నాడు.

'అఘోరించండి...ముష్టోడికైనా సరే మీ కూతుర్ని ఇస్తానన్నారు కదా... ఇచ్చి పెళ్లి చేయండి...' అంది.

భార్య రెండు చేతులు పట్టుకుని... 'అవకాశం వచ్చింది కదాని, నన్ను చిత్రవధ చేయకే. కోపం వద్దే భ్రమరా... ముందు వీడ్ని వదిలించుకొనే ఉపాయం చెప్పు...' అంటూ రెండు చేతులు పట్టుకున్నాడు.

శాంతించింది భ్రమరాంబ... 'వాడు మాటల్తో వెళ్లే రకం కాదండి.. ఉండండి ఇంట్లో వున్న నా హార్మోనియం పెట్టెను తీసుకొచ్చి, కచేరి చేసానంటే, వాడేమిటి, వాడి జేజమ్మ కూడా పారిపోతుంది...' అంది.

ఆ మాటకు చాలా సంతోషించాడు మాధవరావు. భ్రమరాంబ బుగ్గ గిల్లుతూ... 'ఆ మాట నిజమే. తొందరగా వెళ్లి హార్మోనియం తీసుకురా...' అన్నాడు.

'ఒక్క నిమిషంలో వచ్చేస్తాను...' అంటూ లోపలికి వెళ్లబోయింది.

కూర్చున్న ముష్టోడు భయపడుతూ, ఒక్కసారిగా పైకి లేచి... ఉన్నట్టుండి 'అక్కా...' అంటూ పిలిచాడు.

ఆ మాటవిని ఆశ్చర్యపోయిన మాధవరావు, భార్య ముఖంలోకి చూస్తూ... 'ఏమిటే వాడు నిన్ను 'అక్కా' అని పిలు స్తున్నాడు. అంటే మీది ముష్టోళ్ల జాతన్న మాట...' అంటూ వెటకారంగా చూశాడు మాధవరావు.

భ్రమరాంబకు కోపం నషాళానికి అంటింది. 'ముందు మీరు నోరు మూస్తారా లేదా! లేకపోతే మిమ్మల్ని ఒంటరిగా గదిలో పెట్టి హార్మోనియం వాయిస్తాను. చచ్చి పూరుకుంటారు...' అంటూ ముష్టోడి దగ్గరికి వచ్చి... "ఏరా తిక్క తిక్కగా వుందా? లేక తాగేసి వచ్చావా? ఎవర్రా నీకు అక్క..' అంటూ చీపురుకట్ట మళ్లీ పట్టుకుంది.

'దేవుడి సాక్షిగా చెప్తున్నాను... మీరే నాకు అక్క...' అన్నాడు.

ఆ మాటలు భరించలేక పోయింది భ్రమరాంబ... 'మళ్లీ అదే కూత.... మరోసారి అక్కా అన్నావంటే నడుం విరుగుతుంది జాగ్రత్త...' అంటూ చీపురు పైకి ఎత్తింది.

భయపడిపోయాడు ముష్టోడు... 'అక్కా! నిజంగా నేను నీ తమ్ముడ్నే... నేనక్కా ఎం.పి.ని...' అన్నాడు.

ఆ మాటకు ఆశ్చర్యపోయాడు మాధవరావు... 'ఓరేయ్ నువ్వు ఎం. పి ఏమిట్రా?' అనుమానంగా అడిగాడు.

'బావ! నా పేరు మామిడాకుల ప్రదీప్ కదా! అందరూ ముద్దుగా నన్ను ఎం.పి అని పిలుస్తూ వుంటారు'.

'తమ్ముడూ, వచ్చింది నువ్వా...' ఆనంద పడిపోయింది భ్రమరాంబ.

'ఏంట్రా బామర్ది.... ఏ వేషం నీకు దొరకలేదా? చివరకు ఈ ముష్టివేషంలో వచ్చావ్...' అడిగాడు మాధవరావు.

'మరేం చేయను బావ...మాట, మాటకు ముష్టోడికైనా సరే మీ అమ్మాయిని ఇస్తానంటున్నారు కదా... అందుకే ఈ వేషంలో వచ్చాను...' అన్నాడు.

'నువ్వు ఎన్ని మారు వేషాలు వేసినా సరే, నేను మాత్రం నా కూతుర్ని నీకు ఇచ్చేది లేదు. ఆశ వదులుకో...' అన్నాడు మాధవరావు.

'అక్కా... చూడు! బావ ఏమంటున్నాడో...' అంటూ ఏడుపు మొహం పెట్టిన తమ్ముడ్ని చూసి 'ముందు నువ్వెళ్లి స్నానం చేసిరా. తెగ కంపు కొడుతున్నావ్...' అంది.

'ముష్టోడి వేషం నాచురల్ వుండాలని నెలరోజులుగా స్నానం చేయలేదక్కా...' అన్నాడు చాలా గర్వంగా.

'ఏడిచావ్! ముందు స్నానం చేసిరా, భరించలేకపోతున్నాం నీ అవతారాన్ని... వెళ్లు' అరిచింది గట్టిగా.

"అలాగే అక్కా!" అంటూ లోపలకి వెళ్లబోయాడు. అది చూసి కెవ్వుమంది భ్రమరాంబ.

'ఒరేయ్ నువ్వు మా ఇంట్లో స్నానం చేస్తే, ఆర్నెల్లుదాకా ఆ కంపు వదలదు... బయటికి వెళ్లు. రెండు వీధుల ఆవతల, రోడ్డుమీద మున్సిపాలిటి కొళాయి వుంది. అక్కడికి తగలడు...' అంటూ దారి చూపించింది.

గబ, గబా వీధిలోకి వెళ్లిపోయాడు ముష్టోడు వేషంలో వచ్చిన భ్రమరాంబ తమ్ముడు.

భ్రమరాంబ తలపట్టుకు కూర్చుంది. 'ఏమిటో దాని రాత, ఒక్క సంబంధమూ కుదరటం లేదు. చివరికి ఏమవుతుందో ఏమిటో...' మెల్లగా తనలో తాను గొణుక్కుంది.

మాధవరావు, భార్య ప్రక్కన చేరి... 'చూడు వూరకే దిగులు పడకు. అన్ని సమస్యలకు కాలమే పరిష్కారం చూపుతుంది. నేను మళ్లీ సంబంధాలు చూస్తాను...'

అన్నాడు మాధవరావు.

'మహానుభావా! ఇంతవరకు చూసింది చాలు. నువ్వు ఏ సంబంధాలు చూడొద్దు. కోమలిని నా తమ్ముడికి ఇచ్చి పెళ్లి చేద్దాం...' అంది.

త్రాచుపాములా పైకి లేచాడు మాధవరావు. 'నువ్వు మళ్లీ మొదటికి వస్తున్నావ్...' గట్టిగా అరిచాడు.

'అవును వస్తూనే వుంటాను...' అంది మరింతగా గొంతు పెంచుతూ,

ఇంతలో ఎవరో వచ్చిన చప్పుడయింది. ఇద్దరూ అటువైపు చూశారు ఇద్దరూ.

కూతురు కోమలి, మెడలో పెళ్లి దండతో లోపలికి వచ్చింది.

'ఏమిటే ఈ వేషం... మళ్లీ ఏదైనా నాటకంలో పెళ్లికూతురు వేషం వేశావా?" అడిగాడు మాధవరావు.

'ఇది వేషం కాదు నాన్న... ఇది నిజంగానే పెళ్లి పూలదండ...' అంది.

'అంటే...' అర్థంకాక అడిగింది భ్రమరాంబ.

'నేను పెళ్లి చేసుకున్నానమ్మా...' అంది తలవంచుకొని కోమలి.

'మేం చచ్చామనుకున్నావా?' కన్నీళ్లు పెట్టుకుంది భ్రమరాంబ.

'మరేం చేయమంటావమ్మా! మూడేళ్లుగా నా పెళ్లి గురించి రోజూ, మీరూ, నాన్న గొడవపడుతూనే వున్నారు. చూస్తూ భరించలేక పోతున్నాను. రోజు, రోజుకూ మీ మధ్య దెబ్బలాటలు ఎక్కువై పోతున్నాయి. నా పెళ్లి విషయంలో మీ ఇష్టాలకు ప్రాధాన్యత ఇచ్చుకుంటూ పోట్లాడుకుంటున్నారే తప్ప, అసలు నా ఇష్టాలేమిటో ఒక్కరోజైనా నన్ను అడిగారా?...అందుకే నేను ఈ నిర్ణయం తీసుకున్నాను...' అంది ధైర్యంగా.

ఇంతకీ ఎవర్ని చేసుకున్నావే...' గాబరాగా అడిగింది భ్రమరాంబ.

'ఆయన పేరు మురళీ. నాతోపాటే ఉద్యోగం చేస్తున్నాడమ్మా. తల్లిదండ్రులు

లేకపోయినా, గొప్ప వ్యక్తిత్వం కలవాడు. మేమిద్దరం కేవలం గ్రుడ్డిగా ప్రేమలో పడకుండా, అన్ని విషయాలు మొహమాటం లేకుండా చర్చించుకున్నాకే, ఒక గట్టి నిర్ణయానికి వచ్చాం. అతనంటే నాకు చాలా ఇష్టం...' అంది కోమలి.

'పోనీలే...నా పెళ్లి నేను కోరుకున్న వాడితో జరగకపోయినా, నీ పెళ్లి నువ్వు కోరుకున్న వాడితో జరిగింది. నాకు మాత్రం చాలా సంతోషంగా వుంది...' అంది భ్రమరాంబ.

'నాకు మాత్రం ఇక్కడ మాడిపోతోంది...' అంటూ భార్య దగ్గరికి వెళ్లి... 'ఏమే పెళ్లికి ముందు, ఎవర్ని ఇష్టపడ్డావు. వాడు ఎక్కడుంటాడో చెప్పు...జీవితంలో వాడు అనుభవించవలసిన నరకాన్ని, నాకు అంటకడుతాడా! చెప్పు వాడెక్కడుంటాడో....' అంటూ పళ్లు పట, పటా కొరికాడు మాధవరావు.

'వాడు చచ్చి పైకి వెళ్లిపోయాడు. వాడ్ని కలవాలంటే మీరూ పైకి వెళ్లాలి. వెళ్తారా? మూహూర్తం పెట్టుకోండి మరి ...' అంది భ్రమరాంబ.

'నువ్వు తోడు లేకుండా నేను ఎక్కడికైనా వెళ్లానా? రా! కలిసే వెళ్దాం...' అన్నాడు.

'నాన్నా! ముందు మీ దెబ్బలాటలు ఆపండి... మురళీ బయటవున్నాడు, మీరిద్దరూ కలిసి అతడ్ని పిలవండి...' అంది కోమలి.

మాధవరావు, భ్రమరాంబ ఇద్దరూ బయటికివెళ్లి మురళికి స్వాగతం పలికారు. అదే సమయంలో మంగళవాయిద్యాలతో దేవుడి ఊరేగింపు ఆ ఇంటి మీదుగా సాగిపోతూ వుంది. అందరూ కలిసి దేవుడికి నమస్కరిస్తూ వుండగా, దూరంగా గుడిలో గంటలు మ్రోగుతున్నాయి.

పీహెచ్. లంబోదరం బి కామ్

నల్లబాటి రాఘవేంద్రరావు

లంబోదరం బీకాం భోజన ప్రియుడు. తియతీయని లడ్డూలు, హాట్ హాట్ పకోడీలు జిహ్వాకు చంచలం పుట్టించే ఏ జీడిపాకం శాల్తీ అయినా చొంగలు కార్చుకుంటూ లాగిం చేస్తాడు. సమస్యల్లా ఏమిటంటే పెళ్లి అయిన తర్వాత ఈ మూడు సంవత్సరాల కాలంలో అతని ఒక్కగానొక్క భార్యా మణి అనుకూలవతి భర్తకి ఇష్టమయ్యేలా ఏ వంట చేసి పెట్టలేకపోయింది.

'అనుకూలవతి బెల్లంగారెలు చాలా బాగా చేస్తుంది కానీ బెల్లం మాత్రం ఏబులానికి బదులు 50 గ్రాములే వేస్తుంది. గుత్తివంకాయ కూర అదరహో వండేస్తుంది. కానీ అందులో ఉప్పు మాత్రం మూడు స్పూనులకు బదులు ముప్పావు స్పూనుడే వేస్తుంది. ఇక రుచి ఎక్కడ చచ్చి ఏడుస్తుంది" ఇదన్నమాట లంబోదరం కూలంకష సమగ్ర సమస్య.

ఈమధ్య తినలేక తినలేక తిన్నప్పటికి అరగక ఒక వేళ అరిగినా మళ్లీ పెళుక్కున భళక్కున వాంతులు కూడా అయిపోతున్నాయి. అలా బ్రతుకు మహాప్రళయంగా సాగిన మీదట ఒకరోజు భార్యను దగ్గరగా పిలిచి.."ఏమోయ్ అనుకూలవతి.. ఆలోచించి ఆలోచించి ఒక నిర్ణయానికి వచ్చేసానోయ్. ఇక నీతో కాపురం చేయలేను గాక చేయలేను. ఒక రోజా రెండురోజులా ఏకంగా పావు పుష్కరకాలం పుష్కలంగా దాటి పోయింది పదహారణాల తిండి తిని. ఇదిగో ఈరోజే అందరూ వస్తున్నారు రౌండ్టేబుల్ సమావేశం పెట్టి నీ అంతు తేల్చేస్తాను. రుచిగా వండమని నీకు ప్రతిరోజు చెప్పిచెప్పి ఏడ్చాను. ఇదో పెద్ద కోరికా, చాలా బుల్లి కోరిక. సముద్రంలో పెసరబద్ద

అంత బుల్లి కోరిక . అటో ఇటో తాడో పేడో అట్టో ముక్కో తేల్చేసుకుంటాను" అంటూ ఆయాసంతో కరచినట్టు అరిచాడు లంబోదరం.

ఆ సాయంత్రానికి అనుకున్నట్టు అందరూ వచ్చేసారు. అనుకూలవతి రౌండ్ టేబుల్ సమావేశంలో అందరి ముందు దోషి లా నిలబడింది.

"ఏమ్మా! ఆయన చెప్పింది నిజమేనా? కారం ఉప్పు తీపి సరిపడా వేయటం నీకు ఎప్పటికీ అలవాటు కావడం లేదట. భర్తను అలా బాధ పెట్టడం ధర్మమేనా." అంటూ అందరూ అడిగేసారు తల్లిదండ్రులతో సహా మూకుమ్మడిగా.

"అమ్మా...నాన్నగారు దీనికి ఇంత అల్లరా? సరే రేపటి నుండి ఆయనకు అన్నీ ఓ పిసరంత ఎక్కువే వేసి వండుతానులే." అంటూ అందరికీ సర్ది చెప్పి పంపించేసింది.. అప్పటినుండి అనుకూలవతి వంటలు సూపర్ సెన్సేషనల్ గా నచ్చడం మొదలైంది లంబోదరానికి.

"ఆహా ఓహో అయ్యారే భళీ భళీ భళారే" అనుకుంటూ

చిందునాట్యం చేస్తూ పెదాలతో తీపిపాకం జుర్రుకోవటం, నాలికతో కారంకూరలు నాకేయడం, నాలిక ఘాటెక్కితే నాగలోకంలో నాగరాజులా మెలికలు తిరుగుతూ ముక్కు చీదటం మొదలు పెట్టేసాడు లంబోదరం. ప్రస్తుతం లంబో దరం బ్రతుకు బంగారు పూలబాటల తోటలాగా మారిపోయింది.. అలా అలా సంవత్సరం గడిచింది.

ఆ తర్వాత..లంబోదరం దశానాథుడు వక్రమార్గాన పయనిస్తున్న ఒక అశుభ సమయాన ఓ ఉదయాన అతను తమ ఫ్యామిలీ డాక్టర్ దగ్గరకు వెళ్లి రెండుగంటల తర్వాత తిరిగి వచ్చాక...చాలా సేపు తన రూమ్లో ఒంటరిగా కూర్చుని మౌనంగా గడిపాడు. చిట్టచివరికి ఓ నిర్ణయంతో బయటకు వచ్చి.."ఏమోయ్..అనుకూలం నా అనుకూలం" అంటూ భార్యను పిలిచాడు.

"అనుకూలం నీ రూటే కరెక్ట్. అసలు విషయం ఏమిటి అంటే ఇదివరకు అంటే రౌండ్ టేబుల్ సమావేశానికి ముందు రోజు వరకు నువ్వు వంటలు ఎలా చేసేదానివో ఇప్పుడు కూడా అలాగే చెయ్యి. ఉప్పు తక్కువైన కూర, తీపి తక్కువయిన గారెలు, కారం బహు తక్కువగా వేసిన చికెన్ కర్రీ.. మళ్లీ సేమ్ డిటో అదేవిధంగా వండాలోయ్" భార్య చేతులు రెండు పట్టుకు అడిగాడు లంబోదరం.

"ఈ కోరికలు ఏమిటో నాకు అర్థం కావడం లేదు బాబు. మీ మనసు మార్చుకున్నారని నా మైండ్ మారదు కదా.. కుదరదు గాక కుదరదు'.. అంది అనుకూలవతి కరాకండిగా.

లంబోదరానికి కోపం వచ్చింది..." కుదరదు అంటే మళ్లీ రౌండ్ టేబుల్ సమావేశం పెట్టించేస్తాను?" బెదిరించినట్టు మాట్లాడాడు లంబోదరం.

"పిలవండి పిలవండి. పిలిచి రౌండ్ టేబుల్ సమావేశం మాత్రమే కాదు త్రికోణాల సమావేశం, దీర్ఘ చతురస్రాకారపు సమావేశం , వంకర టింకర సమావేశం ఇలాంటివన్నీ పెట్టేసుకోండి. మీకు ఇష్టమైతే కాపురం చేయండి లేకుంటే సాధువుల్లో కలిసిపోయి కాశీలో ఆవుల్ని మేపుకోండి. అవి రోజు బోల్డంత పేడ వేస్తాయి..పిడకలు చేసుకుని అమ్ము కొని హాయిగా బ్రతికేయవచ్చు" చరచరా లోపలకు వెళ్ళి పోయింది అనుకూలవతి వైఫ్ ఆఫ్ లంబోదరం బీకాం.

అల్లుడు లంబోదరం ఫోన్ చేయడంతో పరిగెట్టుకొని వచ్చారు అనుకూలవతి తల్లి తండ్రి..

"అల్లుడు గారితో మాట్లాడాను. నువ్వు సంవత్సరం క్రితం వండినట్టు కారం, ఉప్పు, తీపి లేకుండా పదార్థాలు వండాలట.. అది ఆయన కండిషన్." అంటూ వివరించింది అనుకూలవతి తల్లి సత్యవతి.

"అమ్మా...ఆలోచించండి ఇలా గంటకో రకంగా మాట్లాడే మనిషి తో నేను కాపురం ఎలా చేయగలనమ్మ. ఇది మెంటల్ కేసులాగా ఉంది" అంది అనుకూలవతి.

"అవునవును నాకు అలాగే అనిపిస్తుంది. మన అల్లుడు మానసికంగా దెబ్బ తిన్నాడంటావా సత్యవతి?.. అనుకూలవతి తండ్రి విశ్వేశ్వరయ్య ప్రశ్నించాడు భార్యని.

"నాకూ అలాగే అనిపిస్తుందండి. ఇది పూర్తిగా మెంటల్ వ్యాధి. ఖచ్చితంగా ఎర్రగడ్డ తీసుకెళ్లి.. మెంటల్ డాక్టర్ గారికి చూపించాలి మన అల్లుడు గార్ని"..అంది సత్యవతి

ఇక ఒక నిర్ణయానికి వచ్చి లంబోదరాన్ని మెంటల్ డాక్టర్ దగ్గరికి తీసుకుని వెళ్లడం విషయంలో

"అల్లుడుగారు, అల్లుడుగారు!" అంటూ తలుపు తోసుకొని లంబోదరం ఉండే రూమ్ లోపలికి వెళ్లారు.

తెల్ల కాగితం మీద నల్లని అక్షరాలతో లంబోదరం రాసిన కాగితం ..ఆ కాగితం మడత విప్పి చదవడం ఆరంభించారు...

"అందరికీ నమస్కారం నాకు పిచ్చి లేదు, గజ్జి లేదు, బూచి కూడా లేదు. మీరంతా నన్ను పిచ్చి డాక్టర్ దగ్గరకు తీసుకెళ్లి ఇంజక్షన్లు పొడిపించి పిచ్చి పిచ్చి చూపులతో జాలిగా చూస్తారని మీ మాటల్ని బట్టి నాకు భయం వేసింది. అలా కనక చేస్తే నాకు పిచ్చి లేకపోయినా నిజంగా పిచ్చి పట్టేయవచ్చు. కనుక నా మనశ్శాంతి కోసం ఎక్కడికో వెళ్ళి పోతున్నాను. ఆరు నెలలు పోయాక తిరిగి వస్తాను. మీరు ఎవరు ఇళ్లకు వాళ్లు వెళ్లిపోండి.".

ఇట్లు

పిచ్చి లంబోదరం.

సారీ.. పీహెచ్ లంబోదరం బీకాం.

అంతా చదివిన వచ్చిన వాళ్ళందరూ నవ్వుకోవాలో ఏడవాలో తెలియని స్థితిలోకి వెళ్ళిపోయారు. ఇక ఇప్పుడు.. అనుకూలవతి ఇంటికి వచ్చిన వాళ్ళందరూ ఆమెను ఓదార్చి ధైర్యం చెప్పి ఆరు నెలలు ఈజీగా గడిచిపోతాయి అని నమ్మించి ఎవరిళ్లకు వాళ్లు వెళ్లిపోయారు.

చేసేది లేక రాత్రి కావడంతో గదిలోకి వెళ్లి మంచం మీద పడుకుంది ఒంటరిగా అనుకూలవతి. ఉన్నట్టుండి ఆమెకు అటక మీద బావురు పిల్లి తిరుగుతున్న శబ్దం వినబడింది.. దాన్ని "బెదిరిస్తూ.. హూష్ హూష్.." అంది.

“ఏమే అనుకూలం. బావురుపిల్లి,గండుపిల్లి కాదే బాబు.. నేనే నీ మొగుడ్ని.. లంబోదరం బీకాం ని. ఎక్కడికి వెళ్ళ లేదు” గట్టిగా అరిచాడు పైనుండి లంబోదరం.

"ఎక్కేటప్పుడు ఎలాగో ఎక్కేసానే.. ఇప్పుడు కిందకు ఎలా దిగాలో తెలియటం లేదే బాబు.” అన్నాడు లంబోదరం.

స్టూలు తెచ్చి వేసింది భార్య అనుకూలవతి.

“సరే ఎలాగోలా దిగుతాను గాని నువ్వు నాకో మాటిస్తావా.

నేను చెప్పే రహస్యం ఎవరికీ చెప్పనని రహస్యంగా మాట ఇయ్యి.” ప్రాధేయంగా అడిగాడు లంబోదరం.

“ముందు స్టూలు మీద కాలు వేసి కిందకు దిగండి ఎవరికి చెప్పను ఏమిటా రహస్యం?” అడిగింది అనుకూలవతి.

“అమ్మమ్మో! దిగను గాక దిగను ముందుమాట ఇయ్”

“మీ మీద ఒట్టు. ఇదిగో మాటిస్తున్నాను..ఎవరికీ చెప్పను..అసలు ఏం జరిగిందో చెప్పండి.”

“అనుకూలం ఆ మధ్యన అంటే మొదటి రౌండ్ టేబుల్ సమావేశానికి ముందు ఒంట్లో అదోలా ఉంటే చెకింగ్ కోసం మన ఫ్యామిలీ డాక్టర్ దగ్గరికి వెళ్లాను. ఆయన

పరీక్షించి ఆ రెండు..నాకు వచ్చేసాయి అన్నాడే".. ఇంచుమించు ఏడుపు ముఖంపెట్టి అన్నాడు పై నుండి లంబోదరం.

"ఆ రెండు అంటే...ఏ రెండు...?" అర్థం కాక ప్రశ్నించింది అనుకూలవతి.

"అమ్మో వాటి పేరు చెప్పడానికే భయమేస్తుంది. ఎవరికీ చెప్పవు కదూ, అదో పెద్ద రహస్యమే బాబు".

"గాలికి కూడా చెప్పను. ఇప్పటికైనా ఏమిటో చెప్పండి ఆ రహస్యం."

"చెవి కొంచెం దగ్గరగా పెట్టవే, వీధిలో వెళ్లే వాళ్లకు విన పడొచ్చు. వాట్ల పేరు.." బీపీ... షుగర్." అవి నాకు వచ్చేసాయట!".. అన్నాడు అతి భయంకరంగా.

"ఓస్ ఈ మాత్రానికేనా". సునాయాసంగా అంది అనుకూలవతి.

"అయ్యయ్యో! అలా అనకే బాబు. అవి ఉన్నాయని తెలిస్తే ముందు అత్తమామల దగ్గర, ఆ తర్వాత బంధువర్గంలో, నా ఫ్రెండ్స్ సర్కిల్లో..నా చరిష్మా దెబ్బ తింటుంది. నా చార్మింగ్ బ్యూటీ కి మచ్చపడుతుంది. నన్ను ముసలాడి కింద జమ కట్టేసి ఈ 35ఏళ్లకే ఆ ముసలి వాళ్ళ గ్రూపులో చేర్చేసుకుంటారు నన్ను. నేను ఇంకా యువకుడినే బాబు." లంబోదరం తెగ ఇదైపోతూ భార్య వైపు జాలిగా చూస్తూ అన్నాడు.

"ప్రపంచంలో చాలామందికి ఉన్నాయి కదా ఈ రెండును... మీరు మరీ పెద్ద బడాయి చేస్తున్నారు ...కిందకి రండి" ... పిలిచింది అనుకూలవతి.

"నువ్వు అలాగని ...అందరినీ పిలిచి మరీ చెప్పేస్తావా... ఇదిగో చార్మినార్ టాప్ నుంచి దూకి చచ్చిపోతాను... ఆ..." అన్నాడు లంబోదరం కిందకు దూకబోతు.

"అంత అవసరం లేదండి. మన ఇంటి పక్క పాత బిల్డింగు పైకప్పు ఎక్కి పడితే మీరు అనుకున్న గోల్ రీచ్ కావచ్చు. మీ గురించి నాకు తెలుసు కదా, ఆ పని కూడా చేయలేరు మీరు. దిగండి దిగండి" చిరాగ్గా అన్నది అనుకూలవతి.

"ఇదిగో ఇప్పుడు బీపీ షుగర్... బీపీ షుగర్ అంటూ భయపడటం కాదు. 'కారం ఉప్పు తీపి'.. 'కారం ఉప్పు తీపి' ...అని ఎగిరి గంతులు వేశారు కదా ఇలాంటివి వస్తాయని అప్పుడు తెలియదా మీకు. ఎవరిని పిలిచి మాత్రం చెప్పను కానీ ఎవరైనా మీ ఆయనకు బీపీ షుగర్ ఉన్నాయా అమ్మా అని అడిగితే మాత్రం అబద్ధం చెప్పలేను. అబద్ధం ఆడటం మా ఇంట వంట లేదు బాబు.." అంటూ అనుకూలపతి తన చేతిని అందించి భర్త లంబోదరాన్ని జాగ్రత్తగా కిందకు దించే ప్రయత్నం చేసింది.

నెమ్మదిగా భార్య సహాయంతో అటక మీద నుండి క్రిందకు దిగాడు పీహెచ్. లంబోదరం బీ.కాం.. విత్ బీపీ & షుగర్..

ఇక ఆ రోజు నుండి భార్య ఏది ఎలా వండి పెడితే అది తింటూ పాపం చాలా కామ్ అయిపోయాడు.

అతి(ధి) మర్యాదలు

కోనే నాగ వెంకట ఆంజనేయులు

నా పెద్ద బావమరిది కూతురికి ఉన్న ఊళ్లోనే మంచి సంబంధం కుదిరింది. మంచి సంప్రదాయమైన కుటుంబం, మంచి సౌండ్ పార్టీ వగైరా కూడానట అబ్బాయి తండ్రి.

'బావగారూ! ఈ శుక్రవారం మంచిదట. ఆ రోజు ఉదయం 10.23 నిముషాలకు తాంబూలాలు మార్చుకుంటున్నాం. మీరు, మా చెల్లి తప్పక రండి' అని అన్న గారి నుండి ఫోనులో ఆహ్వానం అందగానే ఆగమేఘాల మీద నన్ను కూడా బయలుదేరదీసిన నా శ్రీమతి - ఆ ఫంక్షన్ హాల్లో నన్ను ఒక్కడినే వదిలేసి మేనకోడలిని ముస్తాబు చేసే పార్టీతో కలిసిపోయింది.

యిలా ఆవిడ నా మానాన నన్ను వదిలేసి వాళ్ల పుట్టింటి వాళ్ళతో కలిసిపోయి నా తిండీ తిప్పలూ కూడా పట్టించుకోకపోవడం నా పెళ్లి అయిన దగ్గర నుంచీ మామూలే కాబట్టి నా తిండి తిప్పలేవో నేనే పడుతుంటుంటాను యిలాంటి కార్యక్రమాల్లో.

తాంబూలాల కార్యక్రమానికి కుటుంబ సభ్యులనీ, చుట్టాలనే కాకుండా యింటి చుట్టు పక్కల వాళ్ళనీ, ఆఫీసు వాళ్ళనీ కూడా పిలవడంతో ఓ రెండొందల మంది దాకా చేరారు. ఉదయాన్నే వచ్చే అందరికీ కాఫీ, టిఫిన్లు కూడా ఏర్పాటు చేశాడు మా బావమరిది - కార్యక్రమం ముగిసిన తరువాత లంచ్ ఏర్పాటుతో పాటు.

ముహూర్తానికి యింకా సమయం ఉండడంతోనూ, అక్కడ నేను చేసే పని కూడా ఏమీ లేక పోవడంతోనూ అందరిలా నేను కూడా టిఫిన్ సెక్షన్ అనబడే పలహారశాల లోకి ప్రవేశించాను.

అప్పటికే అక్కడికి ఓ వంద మంది దాకా ఆడా-మగా పిల్లా-పీచూ చేరిపోయి కబుర్లాడుకుంటూ టిఫిన్ల మీద దాడి చేసి ఓ పట్టు పడుతున్నారు ఆకలిగా.

'మా అన్నయ్య టిఫిన్లు గ్రాండ్ గా ఏర్పాటు చేయిస్తున్నాడు - అక్కడ తిందురు గాని లెండ'ని ఉదయం కాఫీ కూడా యివ్వకుండా కాలే కడుపుతో లాక్కొచ్చింది మా ఆవిడ నన్ను ఆటోలో కూలేసి.

టిఫిన్లు అమర్చి ఉన్న టేబుల్స్ పక్కగా నడుస్తూ చూడనట్టుగా నటిస్తూ - అక్కడ ఏమేం టిఫిన్లు ఉన్నాయో ఓర కంట గమనించాను. ఇడ్లీ, ఉప్మా, వడా, బొండా, బజ్జీ, పూరీ, పరోటా, మసాలా దోశ, సాదా దోశ, పెసరట్టుతో పాటు అర డజను రకాల చట్నీలు, కారప్పొడులూ నోరూరిస్తూ గడబిడలాడుతున్న నా కడుపులోని ఆకలిని మరింత పెంచుతున్నాయి.

ఉదయం నుంచీ కడుపులో ఏమీ పడక ఆత్మారాముడు గోల పెడుతుండడంతో నేనూ క్యూ లో చొరబడిపోయి ఓ ప్లేటందుకున్నాను.

ముందుగా నాకు ఇష్టమైన ఇడ్లీ తిందామనిపించి ఇడ్లీ కౌంటర్ ముందు ఆగేను. అప్పుడే పాత్రలోంచి బయటపడి ఆవిర్లు కక్కుతున్న వేడి వేడి ఇడ్లీలు రెండు వేయించుకుని వాటి మీద ధారాళంగా నెయ్యి, కారప్పొడి, కొబ్బరి చట్నీ వేసుకుని, వేడి వేడి సాంబారు పోసి ఉన్న ఓ చిన్న గిన్నె - ప్లేటులో సర్దుకుని జాగ్రత్తగా నడిచి వెళ్ళి ఓ కుర్చీలో కూలబడ్డాను.

నేతితో తడిసిన ఇడ్లీ ముక్క తుంచి కొబ్బరి చట్నీలో దొర్లించి, కారప్పొడి అద్ది ఆబగా నోట్లోకి తొయ్యబోతుంటే నా చేతిలోని ప్లేటుని ఎవరో జబర్దస్తీగా

లాగేసుకున్నారు.

'ఎవడ్రా అది' అనుకుంటూ ఆగ్రహంగా వెనక్కి తిరిగి చూస్తే నా బావమరిది పెద్ద కొడుకు మురళి.

"ఏంటి మామా నువ్వు? ఎప్పుడూ ఇడ్లీ లేనా పాతకాలం వాడిలా? మసాలా దోశ తెస్తానుండు" అంటూ నా ప్లేటుతో దోశ కౌంటర్ వైపు దూసుకుపోయాడు. వాడా కౌంటర్ చేరే లోగానే -

"ఒరేయ్, నువ్వు యిక్కడేం చేస్తున్నావురా? పద... పద... అక్కడ మండపంలో బోలెడు అలంకరణ పనులున్నాయి" అంటూ అక్కడ ప్రత్యక్షమయిన వాళ్ల అమ్మ వాడి చెయ్యి పట్టుకొని బరబరా లాక్కు పోయింది.

వాడు ఏ మాత్రం కనికరం, కారుణ్యం లేకుండా నా ఇడ్లీ ప్లేటుని అక్కడ ఉన్న చెత్త డబ్బాలో పడేసి మేక పిల్లలా వాళ్ళమ్మ వెనుక వెళ్ళిపోయాడు నన్ను పట్టించుకోకుండా.

బంగారం లాంటి ఇడ్లీల్ని వాడు అలా వృథాగా చెత్తబుట్టలో పారేయడంతో నా మనసు చివుక్కుమంది. కానీ చేసేదేం ఉంది?

సరే - వాడు చెప్పేడు కదా అని మసాలా దోశ రుచి చూడాలనిపించి ఆ కౌంటర్ దగ్గరకు నడిచి మరో ప్లేటు అందుకున్నాను. మసాలా దోశ మా ఆవిడ కూడా చేస్తుంది గానీ దానిలో మసాలా గానీ, ఓ బంగాళా దుంప ముక్క గానీ కనిపించనీయకుండా బహు చాకచక్యంగా చేస్తుంది. దానికి మసాలా దోశ అని మనమే పేరు పెట్టుకునితృప్తి పడి తినాలి. క్యూ కదిలి నా వంతు వచ్చేసరికి యిరవై నిముషాలు పట్టింది.

ఎర్రగా కాల్చిన దోశ మధ్యలో ఓ గరిటెడు బంగళా దుంపల మసాలా కూర వేసి దాన్ని పల్చగా దోశ అంతా పరిచి మరో చెంచాడు నూనె వేసి కాల్చి పెనం మీదే

మడిచి అట్లకాడతో ఆ వేడి వేడి మసాలా దోశను చులాగ్గా నా ప్లేటులో జార విడిచాడు ఆ దోశ మాస్టర్.

నాకు యిష్టమైన రెండు రకాల చట్నీలు వేసుకుని ప్లేటు పట్టుకుని ఖాళీగా ఉన్న కుర్చీలో కూలబడి వేడిగా ఉన్న మసాలా దోశ ముక్క తుంచి చట్నీలో ముంచి ఆత్రంగా నోట్లో తోసుకోబోయాను.

"అన్నయ్యా! యిక్కడున్నావా నువ్వు? ఏం తింటున్నావు? ఓ... మసాలా దోశ నాకు చాలా ఇష్టంరా. ఈ ప్లేటు నాకు యిచ్చేసి నువ్వు మళ్ళీ తెచ్చుకోరా అన్నయ్యా. నేను ఆన్లైన్ లో ఎంత సేపైనా ఉండగలను గానీ ఆ లైన్ లో కాసేపు కూడా ఉండలేన్రా ... ప్లీజ్" అంటూ నాకు చెల్లెలి వరస అయ్యే లతాంగి నా చేతిలోని మసాలా దోశ ప్లేటుని జబర్దస్తీ గా లాగేసుకుని వాళ్ల దోస్తుల దగ్గరికి వెళ్ళిపోయి లాగించడం మొదలు పెట్టింది నేను చేష్టలుడిగి చూస్తుండగా.

ఉసూరుమంటూ మళ్ళీ కౌంటర్ దగ్గరకి నడిచేను. ఇడ్లీ, మసాలా దోశ 'చూసేశాను' కదా అని ఈ సారి పెసరట్టు ఉప్మా మీదికి మళ్ళించాను నా దృష్టిని.

పెనం మీది పెసరట్టు పైన జీలకర్రతో పాటు సన్నగా తరిగిన ఉల్లిపాయ ముక్కలు, అల్లం, మిర్చి ముక్కలు చల్లి దోరగా కాల్చి అట్టు మీద ఉప్మా పూసి దాన్ని మూడు మడతలు వేసి అట్ల కాడతో అడ్డంగా నాలుగు ముక్కలుగా కట్ చేసి ఆ ముక్కల్ని దొంతరగా పేర్చి నా ప్లేటులో వేసేడు పెసరట్టు మాస్టర్ చాకచక్యంగా.

ఆ పెసరట్టు ముక్కల మీద అల్లం చట్నీ దండిగా వేసుకుని ఓ మూలకి వెళ్ళిపోయాను ఎవరో తరుముతున్నంత వేగంగా. పెసరట్టు వేడిగా ఉంది. ఇప్పుడప్పుడే చల్లారేలా లేదు. కాసేపు వెయిట్ చెయ్యాల్సిందే. అలా ప్లేటు పట్టుకుని ఆ పెసరట్టు కాస్త చల్లారడానికి వేచి చూస్తుంటే -

అంత దూరం నుంచి నన్ను చూసి గబ గబా నా వైపు దూసుకు వచ్చాడు నా

రెండో పెళ్ళాం తమ్ముడు... ఛీ... ఛీ.. కాదు కాదు... నా పెళ్ళాం రెండో తమ్ముడు దినేష్ గాడు.

"బావా! పూరీ కూర చాలా బావుంది. పెసరట్టు సరిగ్గా కాల్చడం లేదు వాడు. నేను తిన్నాను యిందాక. అసలేం బాలేదు. చెత్త చెత్తగా, మెత్త మెత్తగా వేస్తున్నాడు" అంటూ నా చేతిలోని పెసరట్టు ప్లేటు లాగేసుకుని డస్ట్ బిన్ లో పడేసి పూరీల కౌంటర్ వైపు లాక్కెళ్లాడు నన్ను. మళ్ళీ నా మనస్సు చివుక్కుమంది.

ఈ లోగా వాడి ఫ్రెండ్ ఎవడో పిలవడంతో ఆ దినేష్ గాడు నన్ను అక్కడే వదిలేసి వాడి దగ్గరకి పరిగెత్తి పారిపోయాడు ఎవరో తరుముతున్నట్టు.

అప్పటికి ఆ కౌంటర్ యించు మించు ఖాళీగా ఉంది. హాలు కూడా పలచబడింది. కడుపుబ్బా టిఫిన్లు తినేసిన అతిధులందరూ తాంబూలాల వేడుక జరుగుతున్న ఫంక్షన్ హాల్లోకి వెళ్ళిపోయారు. టిఫిన్ సెక్షన్ క్లోజ్ చేసే పనిలో పడిన కేటరింగ్ వర్కర్స్ కూడా ప్లేట్లలో టిఫిన్లు వడ్డించుకుని తింటున్నారు.

నేను కూడా పూరీ తినేసి ఫంక్షన్ హాల్లోకి వెళ్లిపోవాలని ఆత్ర పడుతున్నాను. ఆకలి దంచేస్తోంది.

పూరీ కౌంటర్ లో ఎవరూ లేరు గానీ అక్కడున్న గిన్నెలో కొన్ని చల్లారి పోయిన పూరీలు ఉన్నాయి. పక్కనే మరో గిన్నెలో అడుగున కొద్దిగా కూర.

అదే మహా ప్రసాదం అనుకుంటూ రెండు పూరీలు, కాస్త కూర ప్లేటులో వేసుకుని అక్కడే నిలబడి - పూరీ ముక్క తుంచి ఉల్లిపాయ కూరలో ముంచి మడిచి ఆబగా, ఆకలిగా నోటికి అందించ బోతుంటే చర చరా నడుచుకుంటూ నా దగ్గరకి వచ్చేసింది మా ఆవిడ.

"ఎంత తింటారండీ బాబూ? ఇంకా మీ తిండి రంది ఆగలేదా? వచ్చిన దగ్గర్నుంచీ యిదే పనా మీకు? ఎక్కడి కొచ్చినా ముందు తిండి మీద పడి పోతారు

కదా రామచంద్రా. అక్కడ తాంబూలాల సందడి మొదలై పోయింది. ఇంటల్లుడై ఉండి అలా అదే పనిగా మీరిక్కడ మెక్కుతూ కూర్చుండిపోతే ఎలా?" అంటూ నెత్తీ నోరూ కొట్టుకోబోయి మేకప్ చెరిగి పోతుందేమో అన్న భయంతో కాబోలు ఆ పని మానేసి నన్ను చర చరా లాక్కుంటూ కాదు కాదు ఈడ్చుకుంటూ ఫంక్షన్ హాల్ వైపు దారి తీసింది మా ఆవిడ. చేతిలోని పూరీ ప్లేటు అక్కడే వదిలేసి రెండు విధాలుగా రగులుతున్న కడుపుతో ఆవిణ్ణి అనుసరించాను నేను యిక చేసేదేం లేదు కనుక. ఉదయం నుంచీ నేను ఏమీ తినలేదని మొత్తుకున్నా నమ్ముతుందా ఏం?

ఈ పూట నాకు ఆకలి తీరే ప్రాప్తం లేదా? ఎందుకిలా జరుగుతోంది?

హఠాత్తుగా రెండు రోజుల క్రితం జరిగిన సంఘటన గుర్తుకు వచ్చింది నాకు. మొన్న ఉదయం ఆఫీస్ కి వెళ్ళే దారిలో హోటల్లో దూరి దండిగా టిఫిన్ చేసి బయటికి వస్తుంటే - 'ఆకలి బాబూ. ధర్మం చెయ్యండి. తిండి తిని రెండు రోజులయింది' అంటూ నా ముఖం మీద బొచ్చె ఆడిస్తూ దీనంగా చూసిన ముష్టి వాడి వైపు చిరాగ్గా చూసి "పోరా...పో... అవతలికి..." అంటూ చీదరించుకున్న సంఘటన అది.

ఆ ముష్టి వాడు నా వైపు ఏవగింపుగా చూసిన చూపు యిప్పుడు గుర్తుకు వస్తోంది నాకు.

'నీకు కూడా ఒక పూట తిండి దొరక్క పోతే అప్పుడు తెలుస్తుంది ఆకలంటే ఏమిటో' అన్న అర్థం గోచరించింది యిప్పుడు నాకు ఆ ముష్టి వాడి ముఖంలో.

ఆ అభాగ్యుడు పెట్టిన శాపం తాలూకు పర్యవసానం కాదు కదా యిది? అన్న ఆలోచనలో పడ్డాను కడుపులో మూషికాలు దౌడు తీస్తుండగా.

అనగా అనగా ఒక సీసా కథ

సారంగ వడ్డెపల్లి

"ఆయుధాలన్నింటి కంటే బాటిల్ గొప్ప! బాటిల్ కంటే దస్తుతు చాలా చాలా పవర్ ఫుల్!" గ్లాసులోని ద్రవాన్ని నెమ్మదిగా చప్పరిస్తూ అర మోడుపు కన్నులతో అంటున్న త్యాగరాజు వైపు అదోలా చూశాడు ప్రభాస్. అయిదో రౌండు దాటి ఆరవ రౌండుకు వెళ్తున్న అతన్ని జగ్గారావు వారించే ప్రయత్నం చేశాడు. అతని మిత్రులు అతను తాగే తాగుడు చూసి 'తాగురాజు' అని చాలా కాలం క్రితం నుండే పిలవడం మొదలెట్టారు. "ఇదిగో తాగ్ రాజ్! సూటిగా సుత్తి లేకుండా అసలు విషయం చెబితే ఇంకో పెగ్గు అదనంగా తాగి ఆనందిస్తాము... అనవసరంగా ఊరించుడెందుకోయ్!" విసుగ్గా అన్నాడు ప్రభాస్. కనుబొమ్మలు ఎగరేస్తూ కళ్ళతోనే ప్రభాస్ ను మెచ్చుకున్నాడు జగ్గారావు.

***

"ఒకే ఒక్క సంతకంతో దేశంలో చలామణీలో ఉన్న కరెన్సీ నోట్లను కంటికి కనబడకుండా చేశాడు కదా మన ప్రధాని! అలాగే ఒక్క సిగ్నేచర్ తో మద్యపాన నిషేధం తెచ్చి మందుబాబులకు మనశ్శాంతి లేకుండా చేశాడు గద్దె దిగిపోయిన ముఖ్యమంత్రి! ప్రస్తుత ముఖ్యమంత్రి 'మీకు తియ్యని కబురు' అంటూ ఏదో పువ్వు పెట్టే కథ చెబుతున్నాడు. ముఖ్యమంత్రులు మారినప్పుడల్లా వాళ్ళు తీసుకునే నిర్ణయాలు మనలాంటి అర్భకుల మీద పిడుగులై పడుతుంటాయి... చట్టం తన పని తాను చేసుకుంటూ పోతున్నట్లుగా ప్రతిరోజూ ఏదో ఇంత మందు గుటుక్కుమని

మింగుకుంటూ జీవితాలను గడుపుతున్న మనకు ఏదో అవుతుందని భయంగా ఉంది... నాకైతే ఎటూ 'సోడా' పోవడంలేదు" నిట్టూర్చాడు త్యాగరాజు.

"అయ్యా! సోడా నీ గ్లాసులోకే పోతోంది.... డోంట్ వర్రీ! నాకు తెలిసి రాజకీయ నాయకులు చెప్పబోయే కబుర్లన్నీ వాళ్ళ అధికార పీఠాలను కాపాడుకునేందుకు ఉపయోగపడేలా ఉంటాయి, చూద్దాం... ఆయన చెప్పే కబురు వినడంలో నష్టం ఏమీ లేదు కదా!" గ్లాసులోని మందును చప్పరిస్తూ అన్నాడు ప్రభాస్.

ముగ్గురు చిన్ననాటి స్నేహితులు. అందులోనూ వారి మధ్య 'మద్యబంధం' ఉండడంతో మరింత సన్నిహితులయ్యారు. రాష్ట్రంలో మద్యం పారుతున్నంత కాలం వారి స్నేహానికి ఎలాంటి ఢోకా లేదని వారి కుటుంబ సభ్యులకు బాగా తెలుసు.

***

సరిగ్గా నెలక్రితం...

"ప్రియమైన తెలుగు ప్రజల్లారా! కరోనా మహమ్మారి సృష్టించిన విలయం నుండి మనమందరం ఇప్పుడిప్పుడే కోలుకుంటున్నాము. మా పార్టీ అధికారంలోకి వచ్చి మూడు సంవత్సరాలు దాటింది. ఎన్నో సంక్షేమ పథకాలతో ప్రజలందరికీ మేలు చేస్తున్నాము. అన్నీ కులవృత్తుల వారికి ఉపాధి కల్పించేందుకు బ్యాంకుల ద్వారా తక్కువ వడ్డీకి ఋణ సాయం ఇప్పిస్తున్నాము. వృధ్ధులకు, వితంతువులకు, నిరుద్యోగులకు, దివ్యాంగులకు, బీదలకు, రోగులకు ఇలా అందరికీ లబ్ది చేకూర్చే ఎన్నో పథకాలను అమలు చెయ్యబోతున్నాం... నవంబర్ ఇరవై తేదీన మీ అందరికీ ఒక తీయని కబురు అందిస్తాను. అది ఖచ్చితంగా మీకు ఆనందాన్ని కల్గిస్తుందని దృఢంగా చెప్పగలను.. ఆ సమయం వరకు వేచి ఉండండి!"

రాష్ట్రప్రజలనుద్దేశించి ముఖ్యమంత్రి ఇచ్చిన టీవీ ప్రసంగం పెనుప్రకంపనలను సృష్టించింది.

తెలుగు ప్రజలు ఎంత గడసరివాళ్ళో అంత బోలా మనుషులు... సీఎం చెప్పే కబురు ఏమై ఉంటుందా అని రకరకాలుగా ఊహాగానాలు చేశారు. కానీ ముఖ్యమంత్రి చెప్పబోయే విషయాన్ని పసిగట్టలేకపోయారు. రోజులు దగ్గర పడుతున్న కొలదీ బెట్టింగులు కూడా మొదలయ్యాయి.

***

రోజులు భారంగా గడుస్తున్నాయి. సమయం నత్త నడక నడుస్తున్నదని చాలామంది లోలోపలే గొణుక్కుంటున్నారు. ప్రజలు తమ తమ పనుల్లో తలమునకలుగా ఉన్నప్పటికీ 'నవంబర్ ఇరవై తేదీ రావడానికి ఇంకా ఎన్ని రోజులున్నాయి?' అని మనసులోనే లెక్కించుకుంటున్నారనేది మాత్రం పచ్చి నిజం! దీన్నిబట్టి ముఖ్యమంత్రి మాటలు కల్గించిన ప్రభావం జనంపై ఎంతుందో ఊహించొచ్చు.

రాష్ట్రప్రజలనందరినీ చకోరపక్షుల్లా ఎదురుచూసేలా చేసిన ఇరవై తేదీ రానే వచ్చింది.

టీవీలు ఎక్కువగా లేని కాలంలో చిత్రలహరి పాటల కార్యక్రమం చూడ్డం కోసం టీవీలు ఉన్న వాళ్ళింటికి వచ్చి వీక్షించిన ఆ రోజులు ముఖ్యమంత్రి అందించబోయే 'తీపి కబురు' పుణ్యమా అని మళ్ళీ ఆవిష్కృతమయ్యాయి. 'నవంబర్ ఇరవై తేదీ సాయంత్రం ఏడుగంటలకు ముఖ్యమంత్రి రాష్ట్ర ప్రజలను ఉద్దేశించి ప్రసంగం ఇస్తారు' అన్న స్క్రోలింగ్ వార్త పందొమ్మిది తేదీనుండే రావడం వల్ల ప్రజలు ఆ సమయానికి తమ తమ పనులను ముగించుకొని రెడీ అయ్యారు. రాష్ట్రంలోని జనం యావత్తు ఎవరి ఇళ్ళల్లో వాళ్ళు టీవీల ముందు కూర్చొని సీఎం కోసం ఎదురుచూస్తున్నారు.

ఎట్టకేలకు అందరి నిరీక్షణకు స్వస్తి చెబుతూ టీవీ తెరలపై ముఖ్యమంత్రిగారు దర్శనమిచ్చారు. జనం తమకు తెలియకుండానే హర్షాతిరేకాలతో కేకలు వేశారు. “నా ప్రియమైన రాష్ట్రప్రజలకు శిరసు వంచి మరీ నమస్కారాలు అందిస్తున్నా! మీరందరూ నేను చెప్పబోయే విషయం కోసం ఆసక్తిగా ఎదురుచూస్తూ ఉన్నారన్న సంగతి నాకు తెలుసు.. ముందుగానే చెబుతున్నా... ఇది కొందరికి నచ్చవచ్చు లేదా నచ్చకపోవచ్చు. అయినప్పటికీ అందరూ నిండు మనసుతో నేను చెప్పేదాన్ని ఆకళింపు చేసుకోవాలని కోరుతున్నాను!”

టీవీల తెరలన్నీ ఒక్కసారిగా నలుపుగా మారిపోయాయి! “కొన్ని ప్రకటనల అనంతరం గౌరవ ముఖ్యమంత్రి గారి ప్రసంగం ప్రత్యక్ష ప్రసారం కొనసాగుతుంది” అన్న వాక్యం పెద్ద అక్షరాలతో ప్రత్యక్షమై జనాలను ఉసూరుమనేలా చేసింది. ఏకధాటిగా పదినిముషాలు అడ్వర్టైజ్మెంట్ల హోరులో తడిసి ప్రేక్షకులు పునీతులయ్యారు. “మరో నలబై రోజుల్లో పాత సంవత్సరానికి వీడ్కోలు చెబుతూ నూతన సంవత్సరానికి ఘనంగా స్వాగతం చెప్పడానికి మనమందరం సంసిద్ధులమై ఉన్నాము. రాష్ట్రాన్ని అభివృద్ధి పథంలోకి తీసుకెళ్ళాల్సిన బృహత్తర బాధ్యత నా భుజస్కంధాలపై ఉన్నదన్న విషయం నాకు అనునిత్యం స్ఫురణలో ఉంటుంది” అంటూ భుజాలను కుడిచేత్తో అటు ఇటు తట్టి చూపుతూ “మిమ్మల్ని ఒక మంచి వార్తతో పలకరించాలని తపించాను. ఆ తరుణం రానే వచ్చింది!” ‘ఠప్’మని సీఎం మాయం అయిపోయాడు. నలుపు తెలుపు సినిమాలు నడుస్తున్న రోజుల్లో ఆకస్మికంగా ప్రొజెక్టర్ మొరాయించి సినిమా ఆగిపోతే జనం కేకలు వేయడం, కుర్చీలు విరగ్గొట్టడం చేసేవారు. అయిదు నిముషాలకో పదినిముషాలకో రిపేరు పూర్తయి సినిమా మొదలు కాగానే ప్రేక్షక మహాశయులు ‘మన అరుపులు పనిచేసాయని’ నమ్మి తిరిగి సినిమా చూడడంలో మునిగిపోయేవారు.

గగ్గోలు పెడితే సీఎం ప్రత్యక్షమవుతాడని కాదు కానీ విషయమేమిటో చెప్పబోయే తరుణంలో వ్యాపారప్రకటనల కోసం ప్రసంగాన్ని ఆపడం నచ్చక నిరసన ఇలా తెలియచేసారు. అడ్వర్టైస్ మెంట్లు మొదలై పది నిముషాలు దాటినప్పటికీ అవి ఆగలేదు. టీవీ చానెళ్ళవారికి జనం నాడి బాగా తెలుసు! టీవీలముందు ప్రేక్షకులు గడిపే సమయం పెరిగినా కొద్దీ ఛానెళ్ల వారికి ఆదాయం అదే నిష్పత్తిలో పెరుగుతుంది. సుదీర్ఘ సస్పెన్స్ భరించలేక చాలా మంది తమ వెంట్రుకలను పీక్కోవడం మొదలు పెట్టారు. ఇదే మంచి అవకాశమని కొందరు తెలివైన బట్టతలలున్న వాళ్లు పక్కనున్న వారి వెంట్రుకలను పీకడం ఆరంభించారు. కాస్త బలహీన మనస్తత్వం కలిగినవారు తమ తలలను అడ్డదిడ్డంగా పూనకం వచ్చినట్లుగా ఊపుతున్నారు. అందులో కొద్దిమంది హాలీవుడ్ చిత్రాల్లోని జాంబీస్ లాగా గోడలకేసి బాదుకోవడం చేస్తున్నారు. వేదాంత,తార్కిక, వ్యక్తిత్వవికాస గ్రంథాలను అధ్యయనం చేసి స్థిత ప్రజ్ఞత పొందినవారు మాత్రం వీరందరికీ అతీతంగా నిర్లిప్త దృష్టితో టీవీల వైపు చూస్తూ ఉన్నారు. "నా ప్రజల్లారా!" ముఖ్యమంత్రి కంచు కంఠం ఖంగుమని మ్రోగి అందరినీ భౌతికప్రపంచంలోకి లాక్కొచ్చింది. "ఇప్పటివరకు నేను ఎన్నో వరాలను కురిపించి మిమ్మల్నందరినీ మురిపించాను, మధుపాన ప్రియులను తప్ప!" సీయం గొంతు గాద్గదికంగా వణికింది. తెలుగునాడు రాష్ట్రం మొత్తం ఒక్కసారిగా నిశ్శబ్ద నీరవంలోకి జారుకుంది. తాగుడును అమితంగా ఇష్టపడే వాళ్ళ కళ్ళల్లో కన్నీళ్లు సుడులు తిరిగాయి. "అవును! నేను మనస్సాక్షిగా నా మనసులోని మాటను చెబుతున్నాను. మనదేశంలో ఏ రాష్ట్రంలోనైనా హెచ్చు ఆదాయం మద్యం అమ్మకాల మీద వస్తుందన్న విషయం అందరికీ తెలిసిందే! అత్యధిక మద్యం అమ్మకాల్లో మన తెలుగునాడు నెంబర్ వన్ స్థానాన్ని పొందిందని మొన్నటి సర్వే లో తేలింది. అంటే రాష్ట్రానికి ఎక్కువ ఆదాయాన్ని తెచ్చిపెట్టేవాళ్లు మద్యం కొనుగోలుదారులే కదా! వారికి

ముఖ్యమంత్రిగా నేనేం చేశాను? వారికి సంతోషాన్ని కల్గించేందుకు ఏదో ఒకటి చెయ్యాల్సిన నైతిక కర్తవ్యం నాకుంది. అందుకే మీరు జీవితంలో ఏమాత్రం మర్చిపోలేని ఒక కానుక ఇస్తున్నా! అంతే కాదు నేను తీసుకున్న ఈ చారిత్రాత్మక పథకం మన దేశంలో ఏ నేత తీసుకోలేదు!! డిసెంబర్ 29 న రాష్ట్రంలోని మధుపానప్రియులందరికీ ఒక మందు బాటిల్ ఉచితంగా అందిస్తున్నాము. ఆ ఖర్చంతా రాష్ట్రప్రభుత్వం భరిస్తుంది. మీకు సమీపంలోని వైన్ షాపుకెళ్లి మీ ఒరిజినల్ ఆధార్ కార్డ్ చూపెట్టి స్కాన్ చేయించి ఒక బాటిల్ తీసుకోండి. దీనికి సంబంధించిన పూర్తి వివరాలను సంబంధిత అధికారులు తెలియచేస్తారు. మీ అభిమానం ఎల్లప్పుడూ చెక్కుచెదరకుండా ఇలాగే ఉండాలని ఆశిస్తున్నాను. జై హింద్! జై జై తెలుగు ప్రపంచం!!" ముఖ్యమంత్రి ప్రసంగం ముగియగానే మందుబాబులు ఆనందంతో పలు నృత్యరీతుల్లో నాట్యం చేశారు. చాలాచోట్ల టపాసులు కాల్చారు. కొందరు ఔత్సాహికులు ముఖ్యమంత్రి ఫోటో ఉన్న ఫ్లెక్సి బ్యానర్లకి చల్లని, వెచ్చని బీర్లతో 'బీరాభిషేకం' చేశారు. రాష్ట్రం మొత్తం పండగ వాతావరణంలో మునిగిపోయింది.

ఆరు కోట్ల యాభై లక్షల మంది జనాభాలో కొన్ని లక్షలమంది ముఖాలు చిట్లిస్తూ ముఖ్యమంత్రి తీపి కబురు విని పెదవి విరిచారు. వారి పెదవి విరుపులను ఎవరూ పట్టించుకోలేదు. దాంతో ఇగో దెబ్బతిని వాళ్ళు పూర్తిగా తమ మూతులను బిగించుకొని మూలక్కూర్చున్నారు.

అన్ని దినపత్రికల్లో 'మందు బాటిల్ ని ఉచితంగా ఎలా పొందాలి?' అన్న పూర్తి వివరాల గైడ్ లైన్స్ ఇచ్చారు. టీవీ ఛానెళ్లలో అధికార పార్టీ నేతలు, ప్రతిపక్ష నేతల వాడి వేడి చర్చలు మొదలయ్యాయి. సీఎం ప్రకటన వల్ల పత్రికలకు, టీవీ చానెళ్లకు బోలెడంత ఆదాయం లభించింది. "ఉచిత మందు బాటిల్ తో రాష్ట్రం ఎటు పోతోంది?" అని రంకెలు వేసినవాళ్ళకి "మన రాష్ట్రం ఎటూ వెళ్ళడం లేదు,

ఉన్నచోటనే ఉంది" అంటూ ధీటుగా రంకెలు వేస్తూ మరీ సమాధానం ఇచ్చారు కొందరు మందుశాస్త్ర పండితులు! 'డిసెంబర్ ఇరవై తొమ్మిది తేదీ ఎప్పుడు వస్తుందా?' అని ఆలోచించే అవకాశం దొరక్కుండా చర్చలు, వాదోపవాదాలు, ఇంటర్వ్యూలు మొదలైనవాటితో కాలం అతి వేగంగా గడిచిపోయింది.

***

ఆ రోజు చారిత్రాత్మక సుదినం!'మద్యం బాటిల్ సంబంధించిన గైడ్ లైన్స్' దాదాపు ప్రజలందరికీ కంఠతా వచ్చేసింది. జీవితంలో ఎన్నడూ ఎనిమిది గంటలకంటే ముందు నిద్ర లేవని త్యాగరాజ్ ఆ రోజు ఉదయం అయిదు గంటలకే తయారై ఆధార్ కార్డ్ జేబులో పెట్టుకొని వైన్ షాపుకి బయలుదేరాడు. ఇంటిని దాటి కొద్ది దూరం కూడా చేరుకోకముందే మధ్యలోనే చాంతాడంత క్యూ కనబడేసరికి అవాక్కయ్యాడు. క్యూను నిశితంగా పరిశీలించి 'షాపు వద్దకు చేరుకునేసరికి ఎంత సమయం పడుతుందని' మనసులోనే గణించాడు. తన ముందు రెండు వేల మందికి పైగా జనం ఉన్నట్లు అంచనా వేశాడు. అంటే రెండు వేల బాటిల్లు పెద్దవి, చిన్నవి, అన్ని రకాలు కలిపి పంపిణీ అవ్వాలి, ఆ తర్వాత తన వంతు వస్తుంది. అప్పుడు తనకి ఒక హండ్రెడ్ ఎంఎల్ బాటిల్ అయినా దొరుకుతుందా అనేది సందేహమే! అసలు ఒక చిన్నపాటి బ్రాందీ షాపులో రెండు వేల బాటిల్లు ఉంటాయా అన్నది మరో అనుమానం. గతరాత్రి నుండే జనం లైన్లో వేచి ఉన్నారన్న సంగతి తెలిసి విస్తుపోయాడు. 'బాటిల్ దొరకడం కలలోని మాట' అనుకోగానే ఎక్కడలేని నీరసం ఆవహించింది. అయినా మనసులో లోలోపల ఏదో ఆశ, 'బాటిల్ తప్పక దొరుకుతుంది' అని! మనిషిని ఆశ అనేది ఎంత దూరమైనా నడిపిస్తుంది అని పెద్దలు అంటారు. ఆశే అతన్ని లైన్లో ఓపికగా నిలబడేలా చేసింది. కేవలం మూడు గంటల్లో ఆ ఆశ ఆవిరైపోయింది. 'స్టాక్ అయిపోయింది' అన్న బోర్డ్ జనాలను వెక్కిరించింది.

'మరో వైన్ షాపుకు వెళ్తే?' అన్న ఆలోచన త్యాగరాజుకే కాక అక్కడున్న వారందరికీ వచ్చింది. అక్కడ కూడా ఇలాంటి పరిస్థితే ఉంటుందన్న ఆలోచన వచ్చి నాలుకలను సుతిమెత్తగా కొరుక్కున్నారు. కొందరు అమాయకంగా గట్టిగా కొరుక్కొని రక్తం కళ్ల చూశారు కూడా! కొందరు అత్యాశావహులు మాత్రం ఏదీ ఆలోచించకుండా పరుగులు తీశారు. 'మనిషికి ఒక్క బాటిల్ మాత్రమే' అనే నియమం ఖచ్చితంగా అమలయితే ఇలాంటి పరిస్థితి ఏర్పడేదికాదు. ఒక్కొక్కరు తమ వెంట కుటుంబ సభ్యుల ఆధార్ కార్డులను తీసుకొచ్చి బాటిల్స్ తీసుకోవడంతో చాలామంది ఔత్సాహికులకు మద్యం దొరక్కుండా అయింది.

రాష్ట్రం నలుమూలలా వైన్ షాపుల వద్ద పెద్ద ఎత్తున అల్లర్లు, గొడవలు, కొట్లాటలు జరిగి ఎందరో ప్రజలు గాయపడ్డారు. పోలీసులు రంగప్రవేశం చేసి లాఠీ చార్జ్ చేశారు. బాటిల్ దొరకలేదనే మనో వేదన ఎక్కువై కొన్ని వందలమంది గుండెపోటుకు గురయి తాము నిల్చున్న క్యూలోనే అసువులు బాసారు. స్త్రీలకు 'ప్రత్యేక క్యూలు' ఏర్పాటు చేయలేదని మహిళా సంఘాలవాళ్లు తమ తీవ్ర అసంతృప్తిని వ్యక్తం చేశారు. కొందరు మహిళామణులు "సీసాలు మగవాళ్ళకేనా! ఆడవాళ్ళకి వద్దా?" అన్న నినాదాలతో అసెంబ్లీ అట్టుడికిపోయేలా చేశారు.

'మందు లభించని వారందరికీ ఈ తీపి కానుకను పొడిగిస్తూ మరో రెండు రోజుల పాటు ఉచిత పంపిణీ చేయాలని' 'తెలుగునాడు రాష్ట్ర మందుబాబుల సంఘం' రాష్ట్రవ్యాప్తంగా పూర్తి బందుకు పిలుపునిచ్చింది. కేవలం ఒక్క సీసా కోసం అమరులైనవారి కుటుంబాలకు ఒక్కోకుటుంబానికి కనీసం ఇరవై లక్షల రూపాయలు ఎక్స్ గ్రేషియా ప్రకటించాలని 'ఆల్ ఇండియా ఆల్కహాలిక్ పీపుల్ సొసైటీ' డిమాండ్ చేసింది.

ఇచ్చిన మాట నిలబెట్టుకోలేని ముఖ్యమంత్రి తక్షణమే తన పదవికి రాజీనామా

చేయాలని ప్రతిపక్షాలవాళ్లు పట్టుపట్టారు.

***

ముఖ్యమంత్రి చేపట్టిన పలు కార్యక్రమాలు విజయవంతంగా అమలవుతున్నప్పటికీ 'ఉచిత మద్యం' పథకం ఘోరంగా విఫలమైందన్న చెడ్డ పేరు శాశ్వతంగా మిగిలిపోయింది. ప్రజలను శాంతింపచేయడానికి 'వచ్చే సంవత్సరం నవంబర్లో రాష్ట్రప్రజలందరికీ ఖచ్చితంగా ఒక బాటిల్ అందేలా చూస్తాను' అని వాగ్దానం చేసి తాత్కాలికంగా సమస్యను సద్దుమణిగేలా చేశాడు.

అంతర్గతంగా ప్రజల్లో ముఖ్యమంత్రి మీద విశ్వాసం సన్నగిల్లిపోయింది. ఈ ఎఫెక్ట్ రాబోయే అసెంబ్లీ ఎన్నికల్లో పార్టీపై బలమైన వ్యతిరేక ప్రభావం చూపుతుందేమోనని రాజకీయ విశ్లేషకులు భావిస్తున్నారు.

కాలమే తీర్పునిస్తుంది. అంతవరకు వేచి చూడాలి!!

నానమ్మ దేవుడి ప్రసాదం

కర్లపాలెం హనుమంతరావు

ఏకాదశి నాటి నిరాహారం, రాత్రి జాగారం .. అదో సరదా!

భక్తితో నిమిత్తంలేని బులబాటాలివన్ని. పెద్దల్ని అనుకరిస్తూ పిల్లకాయలం మేమూ తగుదునమ్మా అంటూ ఉపోసానికి దిగేవాళ్లం. అక్కడికీ అనుభవజ్ఞులు అమ్మమ్మో, నానమ్మో దొబ్బులేసేవాళ్లు మా పిల్లచేష్టలు చూసి.

పొద్దున ఎనిమిది తొమ్మిదింటి దాకా ఆ దీక్ష ఉత్తేజంగానే ఉండేది. అక్కడి నుంచి మొదలు కడుపులో ఎలుకల గోల. ఎందాకని అర్భకులం ఎలుకల గోల ఆపకోగలం. అప్పటికి ఇంట్లో పొయ్యిలో పిల్లి కూడా లేవకపోతుండె! మా చిన్న తమ్ముడు సొమ్మసిల్లి పడిపోయాడు.. ఆకలికి తాళలేక. దాదాపు పెద్ద భడవాయిలం మాదీ అదే దుస్థితే కానీ బింకం. మరీ చిన్నది ఇంక ఆకలికి ఆగలేక ఏడుపు లంకించుకుంటే.. అందరం అమ్మ ఏదో చేసి మా ఆకలి గోలను మాయపుచ్చుతుందని ఆశపడేవాళ్లం. అమ్మమ్మ వరకు ఓకేనే గాని.. కాస్త సొతంత్రంగా నిర్ణయాలు తీసుకోగలిగేది. అదే నానమ్మ కొంపలో ఉన్నప్పుడు గానీ ఈ ఏకాదశి వచ్చిందో మా దుంప తెగిందన్న మాటే.

పొద్దున్నే లేచి పెద్దాళ్లతో పాటు మా నిరహార దీక్ష నిర్ణయం ప్రకటించక ముందే చాలా సీరియస్ గా హెచ్చరించేది, ఒకసారి బైటకి నోరు తెరిచి అన్నాక ఇహ వెనక్కి తగ్గేందుకు లేదు. శివుడుకు కోపం వస్తుందిట. అసలే ఆయనకు మూడో కంట్లో

ఉంటుంది కోపమెప్పుడూ. పిల్ల సన్నాసులని కూడా జాలి చూపించదు. ముందే బాగా ఆలోచించుకోండి!' అని భయపెట్టేది. నానమ్మ మాటలకు అప్పుడే కొంత మందిమి జావగారిపోయేవాళ్లం, కానీ మా అక్కలిద్దరి దిక్కుమాలిన పంతం వల్లే నిరాహార దీక్ష విరమించుకొనే అవకాశం మా దాకా వచ్చేది కాదు. అక్కడికీ మా చిన్నన్నాయ్ కొంత తగ్గి పోనీలే .. కావాల్సిన వాళ్లే చేస్తే బాగుంటుంద'ని తీర్మానం పెట్టేవాడు; మధ్యే మార్గంగా చీట్లాట కూడా ఆడించేవాడు. ఎవరి ప్రొపోజల్ కు ఎక్కువ ఓట్లు పడాలో వాళ్ళు చెప్పినట్లే మిగతా అంతా నడవాలి. ఉంటే అందరూ.. లేకుంటే ఎవరూ వద్దు. అదీ నిర్ణయం.

ఓట్ల లెక్కింపు దగ్గర కొచ్చేసరికి మా పెద్దక్క మరీ జగమొండికి దిగిపొయ్యేది. పిల్లకాయలం ఎవరం నిరాహారానికని చూస్తూ ఓట్లెయ్యమని దానికి తెల్సు. అందుకని వీటో పవర్ ఉపయోగించి మొత్తానికి అందర్నీ ఈ కడుపు మండే గుండంలోకి దించేసేది. మరీ చిన్నతమ్ముడు నానమ్మ దగ్గరి కెళ్లి ఐదేళ్ల లోపు పిల్లల మంతా నిరాహార దీక్ష ఉపసంహరించుకుంటున్నామని చెప్పినా ఉపయోగం ఉండేది కాదు. 'ఏడ్చార్లే, కొంత మందికి వండిపెట్టి.. కొంత మందిని పస్తు పెట్టి మీ అమ్మకు పాపం అంటగడతారట్రా అంట్ల వెధవాయిల్లారా' అంటూ కేకలేసేది. అదే ఫైనల్. 'ఆ వంటింటి తలుపుకు తాళాలేసెయ్యవే!'అని ఆదేశాలిచ్చేసి ఆనక మడి కట్టేసుకుందంటే ఇహ సాక్షాత్తూ ఆ దేవదేవుడే వచ్చి మా పిల్లల పక్షం వాదించినా మెత్తబడే నైజం కాదు నానమ్మది.

వంట ఇంటికి తాళాలు పడిపోయి .. చంటిది దావాగ్నికి తాళ లేక కాళ్లూ చేతులూ కొట్టుకుంటున్నా మళ్ళీ తెల్లారే దాకా ఎవరి ఆకలి దప్పులూ చల్లారే అవకాశం లేదు. పదకొండు గంటల దాకా ఎట్లాగో తంటాలు పడి సర్దుకుపోయినా .. ఎదురింటి ఆచారిగారి వంటింటి నుంచి పొగలు సెగలు కక్కుతూ గాలిలో తేలి వచ్చే ఆ

సాంబారు ఘుమఘుమలకు ముక్కుపుటాలు మూసుకోడం ఎవడబ్బ తరం. ఆ ఆచారి పెద్దనాన్నకి, మా నాన్నారి పెద్దాఫీసులోనే చిన్నగుమాస్తా ఉద్యోగం. అక్కడి గొడవలన్నీ ఇంటి దాకా వచ్చి ఆ కచ్చతో రెండు పక్షాలలోనూ సందు దొరికినప్పుడల్లా సతాయింపులు తప్పడంలేదు. ఇంటిల్లి పాదీ ఏకాదశి ఉపోసం ఉన్నారన్న వార్త గుప్పుమన్నది కాబోలు.. ఆండాళ్లు పెద్దమ్మ ఆ పూట సాంబారులో పోపు మరింత సేపు మరగనిస్తూ ఎన్నడూ లేనిది వీధి వాకిలి తలుపులు బార్లా తెరిచిపెట్టేసింది. ఆకలి ఏకాదశి ఎరగదని సామెత. పెద్దవాళ్లు వేళకు వీలుగా మరిచిపోతే పోవచ్చు గాని.. కడుపు రగిలే పిల్లకాకులకు ఆ నానుడితో ఇప్పుడు పనేముంది? మా పిల్ల సన్నాసుల్లో ఏ ఒక్క శాల్తీనైనా తమ ఇంటి వైపుకు తిప్పేసుకొని దీక్షాభంగం చేసేస్తే సరి.. జీవితం ధన్యత్వం చెందినట్లు భావించేటంత పగ. ఇరుగు పొరుగుల మధ్య ఉండే కీచులాటల మధ్య పిల్లాపీచులను ఇట్లా నవగాయవంటలతో నలిపేయడమా? ఇవాళ ఇక్కడ ఏకాదశైతే.. రేపక్కడ ఏ వైకుంఠేకాదశో వస్తుంది కదా!

ఇంటిల్లిపాదీ ఇట్లా ఆకలితో నకనకలాడుతున్నా నానమ్మ మరీ మొండిగా ఇంకా మడి బట్టలతోనే ఉండిపోయి శివ పంచాక్షరీ జపం చేస్తూ కూర్చుంటే మా పిల్లకుంకలకు ఇంక మండకుండా ఉంటుందా?

అమ్మేం చేసిందో కాని మాయ, ఎప్పట్లా.. చంటిది ఏడుపులన్నీ ఆపేసి సంబరంగా చిందులేయడం సాగించింది. చిన్న తమ్ముడు నోటి నుంచి ఏదో చక్కెర బిళ్ల వాసన! చిన్నన్నయ్య ఇంట్లో నుంచి కనిపించకుండా పోయాడు. అందరి నోళ్ళు కుట్టేయించిన పెద్దక్కయ్య పెద్ద మహా భక్తురాలికి మల్లే వీధి చివర్లోని శివాలయానికి వెళ్ళి కూర్చుంది. నాన్నారికైతే ఎప్పుడూ ఈ పండుగలు, దీక్షలూ పట్టనే పట్టవు. పట్టుమని ఇంటి పట్టున ఓ పది నిమిషాలయినా భోజనాల వేళ తప్పించి దర్శనమీయరు. ఈ వేళా ఆ తిండి మేళం కూడా లేదు కాబట్టి పరగడుపునే పోయిన

మనిషి మళ్ళీ మేం ఏ నిద్దట్లో ఉన్నప్పుడే వచ్చి పడుకొనేది. నాదీ.. నా పెద్ద తమ్ముడిదీనే ఈ ఆకలి ఆక్రోశం.

ఇంట అమ్మా, నానమ్మా, ఆ శివదేవుడూ తప్ప ఎవరూ లేరు. దేవుణ్ని నమ్మి లాభంలేదు. నానమ్మ మొండితనం ముందు నుండే తెలుసు. అమ్మ కూడా పెరట్లో కూర్చుని రాత్రి దీపారాధనకని ఓపిగ్గా ఒత్తులు చేస్తూ కూర్చుండి పోయింది. వంట ఇంటికి తాళమైతే వేసుంది గానీ.. పెరటి వైపు సందు నుంచి సగం ఊడిన తలుపు సందు చెక్క నుంచి బక్కగా ఉంటే చులాగ్గా దూరిపోవచ్చు. పెద్ద తమ్ముణ్ని దొడ్డి గుమ్మం దగ్గర కావలికి పెట్టి ఆ చెక్క గుండా లోపలికి దూరాలని నా ప్లాను.

నానమ్మ గొణుకుళ్లు ఏవో వినిపిస్తున్నాయి కాని మనిషి కనిపించలేదు. ఇదే సందని.. సందులో దూరిపోయాను. చెక్క తలుపు గుండా లోపలికి పోయాను.

వంట ఇంట్లోకి కాలు పెట్టంగానే పొయ్యిలో పిల్లి కనిపించలేదు! నానమ్మ కనిపించింది.. ఏదో ఉడకబెడుఉతూ. నన్ను చూసి నివ్వెరబోయింది! 'శివయ్య కోసం ప్రసాదం తయారు చేస్తున్నా..' అంది అడక్కుండానే. 'కుదరినట్లు లేదు. పాళ్లు సరిగ్గా ఉన్నాయో లేదో.. చూసి తగలడు..' అంటూ ఓ వెండి గిన్నె నిండా వెచ్చని పాయసం నా చేతికి అందించి చక్కా బైటికి పోయింది.

వంటింటి తలుపు తెరవంగానే గుప్పుమని కొట్టిన లవంగాల వాసనకు ఇంటిల్లి పాదీ పిల్లలం పాయసం గిన్నె మీదకు ఎగబడిపోయాం. 'అట్లా కొట్టుకోకండిరా.. గిన్నె ఒలికిపోతుంది. నిదానంగా తాగండి తలా కాస్త. ఇంకా చాలా ఉంది నానమ్మ చెయ్యడం కుదరక చెడగొట్టిన పాయసం గిన్నె నిండా!' అంది అమ్మ నవ్వుతూ.

అయినా పిల్లలం భయంతో అట్లాగే కొయ్యబారి నిలబడుంటే,, ' తాగండిరా తిక్క వెధవల్లారా! శివయ్యకి మళ్ళీ మంచి ప్రసాదం మీ అమ్మ చేస్తోందిలే రాత్రికి' అంటూ వెళ్లిపోయింది.

ఆ వేళ తాగిన నానమ్మ చెడిపోయిన పాయసం అంత రుచి మళ్లీ జన్మలో ఏ పాయసానికి వచ్చిందే లేదు.

బామ్మ జిందాబాద్

ఇందిరా రావు షబ్నవిస్

"బామ్మా!!" అని గట్టిగా గావుకేక పెట్టాడు సురేష్.

"అబ్బా! ఏంట్రా అంత గట్టిగా అరిచావు" అని కంగారు పడుతూ పరిగెత్తుకొచ్చింది సుందరమ్మ.

"ఏంటే ఇది?" అన్నట్టు పెద్ద బెల్లం దిమ్మని చూపించాడు. సూట్కేస్ లో ఒక పెద్ద బెల్లం దిమ్మ మూటకట్టి వుంది. దానికి చుట్టూరా బామ్మ ది ఒక వెంకటగిరి చీర!!

"అదా, మన అప్పిగాడు అనకాపల్లి నుంచి నేను అమెరికా వెళుతున్నానని తెచ్చాడు. పోనీలే నాలుగు రోజులు అరిసెలు, అప్పాలు, సున్నుండలు లాంటివి చేసుకోవచ్చని పెట్టాను గాని ఆ డబ్బా పెట్టిలో అది పట్టడం లేదు, మరి ముక్కలు కొట్టించాలేమో" అంది.

"నీ తెలివి తెల్లారినట్టే వుంది. ఆ పది కిలోల బెల్లం దిమ్మ పట్టుకెళితే ఇంకేం పెట్టుకోనక్కరలేదు. అయినా నాకు తెలియక అడుగుతాను ఎన్ని అరిసెలు చేస్తావు? అమెరికా అంతా పంచుతావేంటి? నీ చాదస్తంతో ఛస్తున్నాను. మొన్నటికి మొన్న ఐదు కిలోల చింత పండు, నాలుగు కిలోల కంది పప్పు, అటుకులు, బొంబాయి రవ్వ, ఇడ్లి రవ్వ ఇవన్నీ మూట కట్టావు. మనం కిరాణా షాప్ పెట్టుకోవడానికి వెళ్తున్నావేంటే? నీ చాదస్తం చట్టబండలు కానూ" అని విసుక్కున్నాడు.

"అదేవిట్రా ఆలా అంటావు? అమ్మాయి మొదటిసారి కడుపుతో వుంది, చలిమిడి చేసి చుట్టుపక్కల వాళ్ళకి పంచొద్దు? అదీకాక పక్కింటి అన్నపూర్ణ కోడలు చెప్పింది, అక్కడ చింతపండు మన కర్రిగాడి మొహం లా ఉంటుందిట కదా?? అలాగే

అన్నీ చాలా ఖరీదుట కదా?? ఇక్కడ వంద రూపాయలకి దొరికే సామాన్లు అక్కడ రెండొందలుట, అందుకని బాగా తెలివిగా ఆలోచించి అవన్నీ పెట్టాను. నువ్వు మరీ అమాయకుడువి. నేను ఎంత పొదుపు చేస్తున్నానో నీకు తరువాత అర్థం అవుతుందిలే" అంది బామ్మ.

తల పట్టుకున్నాడు సురేష్. అసలు ఇదంతా సునీత మూలంగా వచ్చింది. తనకి ఇప్పుడు ఎనిమిదో నెల. తండ్రి తప్ప తల్లి లేదు. సురేష్ కి చిన్నప్పుడే తల్లి తండ్రి లేరు. అన్ని తానే అయి బామ్మ చాల ముద్దుగా పెంచింది. పెళ్లి అయ్యాక సునీత కూడా సొంత పిల్ల లాగా కలిసి పోయింది. అందుకని డెలివరీ కి బామ్మ ని తీసుకొని రమ్మని పెద్ద దిక్కులా ఉంటుందని బలవంతగా సురేష్ ని ఇండియా పంపింది.

బామ్మ అంటే సునీత కి చాల ఇష్టం. అన్ని విషయాల్లో వాళ్ళు ఒకటవుతారు... పాస్పోర్ట్, వీసాలు అన్ని సమకూరాయి. వచ్చే వారమే ప్రయాణం.

సరే, మొత్తానికి అప్పడాలు, వడియాలు, సున్నిపిండి, చలిమిడి, ఆవకాయ, నిమ్మకాయ, నా తలకాయ అనుకున్నాడు ఆ సామాన్లు అన్ని చూసి విరక్తి తో. ఈ సామాన్లు చూసి ఆ కస్టమ్స్ వాడితో ఏం గొడవ పడాలో అని చాలా దిగులు పడ్డాడు. ఏమేమి ఓపెన్ చేస్తాడో, ఏదయినా తీసి చూసాడా వాడి ఖర్మ, మూర్చపోతాడు ఇంక ఇండియన్ సామాన్లు ఎవరివి ఓపెన్ చెయ్యడానికి సాహసించడు అనుకున్నాడు కసిగా.

మొత్తానికి చుట్టుపక్కల వీధుల నుండే కాదు, ఇంచుమించు మొత్తం ఊరంతా బామ్మ కి వీడ్కోలు చెప్పడానికి వచ్చారు. చుట్టుపక్కల ఏం ఖర్మ, తెలిసిన వాళ్ళు, తెలియని వాళ్ళు అందరు ఎయిర్పోర్ట్ కి వచ్చారు. మరి బామ్మ గారి మొదటిసారి అమెరికా ప్రయాణం మరి. అక్కడ ఎయిర్పోర్ట్ లో ఎవరో పెద్ద నాయకుడో, సినీ స్టారో

వచ్చారనుకొని గుమికూడారు కానీ బామ్మ కి వీడ్కోలు అని తెలిసి విస్తుపోయారు. సరే అందరికి అన్ని జాగ్రత్తలు చెప్పి సురేష్ తో లోపలి వచ్చింది బామ్మ.

అనుకున్నట్టే 23 కిలోలు ఉండాల్సిన ఒక్కో సూట్కేస్ బరువు 32 కిలోలు వుంది. బామ్మ తిట్లు లెక్క చెయ్యకుండా అమెరికా లో పంచాల్సిన చలిమిడి, అరిసెలు, వడియాలు, బెల్లం లాంటివి అక్కడ ఉన్న పోర్టర్స్ కి పంచేసాడు సురేష్. ఆ చెక్ ఇన్ వాడిని నానా శాపనార్ధాలు పెట్టింది బామ్మ. ఆ కారప్పొడి ఎంత కష్టపడి కొట్టింది, వడియాలు పెట్టడానికి ఎండలో కూర్చొని రుబ్బి, అంత ఎండని లెక్క చెయ్యకుండా, దాన్ని పిల్లి పాడుచెయ్యకుండా కాపలా కాసి ఎండ పెట్టిందో ఏకరువు పెట్టినా వాడు వినిపించుకోలేదని తెగ బాధ పడిపోయింది. వాడిని తిట్టిన తిట్టు తిట్టకుండా తిట్టింది. సరే అంత హడావిడి అయ్యాక బామ్మ ని శాంత పరిచి లోపలకి తీసుకెళ్లాడు. మొహం ముడుచుకొని వచ్చింది లోపలికి. బామ్మ కి అసలే చక్కిలి గిలి ఎక్కువ, సెక్యూరిటీ చెక్ లో ఆవిడెవరో ఒళ్ళు నిమిరిందని పక పకలు, కిలకిలరావాల తో ఆ రూమ్ అంత ప్రతిధ్వనించింది.

బయట వున్న అందరూ లోపల ఏం జరుగుతుందో తెలియక వెర్రి మొహం వేసుకొని చూసారు.

మొత్తానికి అన్నీ పూర్తి చేసుకొని విమానం లో కూర్చున్నారు. బెల్టు పెట్టుకోవడం లాంటివి చూపించాడు సురేష్. అసలు లోపలి రావడం అంతా చాల విచిత్రంగా అనిపించింది బామ్మ కి. అప్పుడెప్పుడో Dr.చక్రవర్తి సినిమాలో చూసిందిట నాగేశ్వర రావు విమానం మెట్లు ఎక్కడం, దిగడం. అలాంటివి ఏమి లేకుండా లోపల కూర్చొని వున్నావు అంటే ముందు నమ్మలేదు. తరువాత టేక్ ఆఫ్ అవుతుంటే చాలా భయపడింది. చెయ్యాల్సిన పనులు చాల ఉండిపోయాయి బతికి బట్ట కడతానో లేదో అని. కాసేపటికి నెమ్మదించింది.

కానీ తిరిగే కాలు, తిట్టే నోరు ఆగదు కదా, సుందరమ్మ ఒక చోట కదలకుండా కూర్చోవడం అన్నది జరగని పని. కాసేపటికి "అంతా తిరిగి చూసి వస్తాను" అంది. ముందు సీట్స్ లో వాళ్ళందరిని పలకరించి వచ్చింది. అసలు అమెరికా వాళ్ళు చాలా మర్యాదస్తులు.

'హలో' లాంటివి అన్నారు. అర్థం కాకపోయినా చిరునవ్వులు చిందించింది.

ఎందుకయినా మంచిదని ఎయిర్ ఇండియా లో కొనడం నయమయింది అనుకున్నాడు సురేష్. చాలా వరకు ఇండియన్స్ అందులో తెలుగు వాళ్ళు, అంతే కాకుండా ఎయిర్ హోస్టెస్ కూడా చీరలు కట్టుకొని ఉండటం తో కొంత సంతోష పడింది. మొత్తం మీద ఫ్లైట్ లో వున్నా వాళ్ళందరూ బామ్మ ఫ్రెండ్స్ అయ్యారు. ఎవరు ఎందుకు అమెరికా వెళ్తున్నారో, ఎవరి డెలివరీ డేట్ ఎప్పుడో, ఎంత మంది పిల్లలు, వాళ్ళ వాళ్ళు అమెరికా కాంటాక్ట్స్ సేకరించి, వాళ్ళ అందరి ఇళ్ళకి వస్తానని, కొంతమందికి వచ్చి వాళ్ళ పిల్లలకి డెలివరీ లు కూడా చేస్తానని ప్రామిస్ చేసి వచ్చింది.

అనుకున్నట్టే వాళ్ళు ఇచ్చిన భోజనం ముట్టుకోలేదు. స్నానం, పూజ లేకుండా ఎలా తినను అని. వాష్ రూమ్ కి వెళ్ళి కాళ్ళు, చేతులు కడుక్కొని స్నానం చేసినంత పని చేసి వాష్ రూమ్ అంతా నీళ్లు పోసి వచ్చింది. తాను తెచ్చుకున్న కారం అటుకులు తింది. అవి తప్పులేదుట... ఇదివరకు వాళ్ళు ఇలా ప్రయాణం చేసేటప్పుడు ఇలాగే చేసేవాళ్ళుట. ఒక్కటీ తను తెచ్చుకున్న మరచెంబు లో నీళ్లు సెక్యూరిటీ వాళ్ళు లోపలకి తీసుకెళ్లాడానికి అనుమతి ఇవ్వలేదు. అదో పెద్ద గోల. తన మడి నీళ్లు వాడెవడో ముట్టుకున్నాడు అని. ఇంక ఖాళీ చెంబు తో వచ్చి లోపల నీళ్లు వచ్చే మెషిన్ దగ్గర నీళ్లు పట్టుకుంది.

ఫ్లైట్ ల్యాండ్ అయ్యాక పెట్టెలు తీసుకొని కస్టమ్స్ కి వెళ్లే లోపల సెక్యూరిటీ డాగ్

వచ్చి పెట్టె చుట్టూ వాసన చూస్తూ తిరగడం మొదలు పెట్టింది.. ఒక్కసారి గుండె గుభిల్లుమంది సురేష్ కి.. అన్నీ చూసుకొని తీసుకెళ్లకూడదు అన్నవి ఏవి తేలేదు.. తనకు తెలియకుండా బొమ్మ ఎవరి దగ్గర నుండైనా తీసుకుందా?? లక్ష ప్రశ్నలు... అందరూ అనుమానం గా చూస్తుంటే అవమానం తో తల కొట్టేసినట్లయింది..

పెట్టె మూత తీసి పక్కన నిలబడ్డాడు..

అంతా చిందరవందర చేసి పెద్ద ఇంగువ మూట బయట పెట్టారు.. గబుక్కున దాని ఇంగ్లీష్ పేరు గుర్తుకొచ్చి చావలేదు సురేష్ కి.. వాళ్ళకి అర్థం చేసేసరికి తలప్రాణం తోక కొచ్చింది... "ఆ మాత్రం ఇంగువ వాసన కూడా తెలియక పోవడం ఏంటి?? అసలు ఇక్కడ వాళ్ళు వంటలు చేసుకుంటారా?? ఆవకాయ, మాగయ పెట్టుకోరు??" లాంటి లక్ష ప్రశ్నలు వేస్తూ బొమ్మ,పళ్ళు నూరుకుంటూ సురేష్ బయట కొచ్చారు.

ఇంటికి వచ్చాక 'అమ్మయ్య' అని ఊపిరి తీసుకున్నాడు సురేష్. ఇంక బొమ్మ మనవరాలు ఒకరినొకరు వాటేసుకొని తెచ్చిన సామాన్లు చూసి మురిసిపోయి కబుర్లు చెప్పేసుకున్నారు. "నాకు కాఫి, టిఫిన్ లాంటిది ఇచ్చేదేమైనా వుందా" అని అరిచాడు సురేష్.

అంతటితో అవలేదు సురేష్ కష్టాలు... వచ్చాక మరునాడు పొద్దున్నే సెక్యూరిటీ అలారం పెద్ద గా మోగింది... హడావిడి గా లేచి పరిగెత్తారు ఇద్దరు...

బొమ్మ చేతిలో హారతి పళ్లెం పెట్టుకొని "హారతి ఇస్తుంటే చూశావా దేముడు ఎలా కరుణించాడో... నేను ఉన్నాను అని ఆ గంటల శబ్దం చెప్తోంది కదా" అంది సంబర పడిపోతూ..

"నా మొహం, అది దేముడి కరుణ కాదే, సెక్యూరిటీ అలారం అంటే ప్రమాద

సూచిక... ఇక్కడ అలా మంటలు, పొగలు పెడితే అలా వస్తుంది" అన్నాడు ముందు అది off చేసి వచ్చి.

"అయ్యో మరి దేముడి కి హారతి ఎలారా?" అంది దిగులుగా.

"చిన్నగా ఒక కర్పూరం బిల్ల తోనో ఒక అగరుబత్తి తోనో చేసుకో" అన్నాడు.

"అయ్యో! ఒక బిళ్ళ తోనా, అపచారం అపచారం" అంది లెంపలు వేసుకుంటూ.

ఒక వారం రోజులు ఇంచుమించు రోజూ ఇదే గొడవ..

విసుగొచ్చి దేముడి ని వెనక వరండాలో పెట్టి చిన్న చెక్క అడ్డం పెట్టాడు.

మళ్ళీ గోల పెట్టింది.. "ఇంత ఇంట్లో దేముడు వెనుక వరండాలో ఏంటి?" అని.

"నువ్వు హారతి ఆపేవరకు అంతే!" అన్నాడు..

ఇంక అప్పుడు దారిలో కొచ్చి హారతి మానింది.

డెలివరీ అయ్యాక ఇంకో గోల, అక్కడ లాగ పథ్యం అంటుంది, బాలింత అంటుంది... పురిటి మైల అంటుంది.. ఇవన్నీ ఇక్కడ కష్టం అంటే వినదు.

పిల్లాడికి రోజూ ఆ బాత్రూమ్ లో ఇంత నూనె, పసుపు, నలుగు పిండి స్నానం చేయించేది.. కాలు పెడితే జారీ పడేట్టు అయ్యింది బాత్రూమ్.. గోడలు కింద టైల్స్ అన్నీ పసుపు రంగులోకి మారాయి..

ఇల్లు తుడవడానికి వచ్చే వాళ్ళు పెద్ద పెద్ద కారు లో రావడం చూసి ముక్కు మీద వేలేసుకుంది బామ్మ..

వీళ్ళ "సిగ తరగ" పని చేసే వాళ్ళకి కూడా ఎంత దర్జా?? అని.

కూరగాయలు వీధి లోకి అమ్మకానికి రావటం లేదు అని గోల.. అదే మన ఊరు అయితేనా ఇలా ప్రతీ దానికి కారు వేసుకొని వెళ్ళక్కర్లేదు అని దెప్పింది..

కొన్ని మంచి పనులు కూడా చేసింది.. పక్కన వున్న అమెరికన్లకి మన పచ్చళ్ళు అలవాటు చేసింది.. కొంచెం కారంగా వున్నా బావుందని లొట్టలేసుకుంటూ తిన్నారు.

పెరట్లో చిన్న కూరగాయల మొక్కలు పెట్టింది.. వాతావరణం అనుకూలించి మంచి గానే చిక్కుడు, పచ్చి మిరపకాయ, కొత్తిమీర, పుదీనా లాంటివి వేసింది.. కొన్నిటికి ప్రతీ సారి ఇండియన్ స్టోర్స్ కి వెళ్ళక్కర్లేదు అని హాయిగా అనిపించింది సురేష్ కి.

బామ్మ మీద విసుక్కున్నా పాత కాలం పద్ధతులు ఆరోగ్య రీత్యా మంచివే అని రాను రాను సురేష్, సునీత అనుకున్నారు.

మొత్తానికి అందరు అన్ని రకాలుగా కష్టపడినా, కొన్ని చిక్కులు వున్నా పెద్ద దిక్కు లాగ అనిపించింది. పిల్లాడికి కొంచెం జలుబు చేసినా, ఒళ్ళు వెచ్చబడినా నేనున్నాను అని ధైర్యం చెప్పి చిన్న చిన్న చిట్కాలు చెప్పింది.

"బామ్మా, జిందాబాద్" అనుకున్నాడు సురేష్...

డాంకి మిల్క్

వసంత పెనుమాక

“ఏంటండీ...? ఇంతందంగా వున్నారు.

మా నారద టివికి కొంచం మీ సౌందర్య రహస్యం చెప్పి పుణ్యం కట్టుకోండి అసహ్యగారు..! అన్నాడు విలేఖరి పుల్లారావు.

“ఇపుడు మీ వయసు ఎంతండి?”

“జస్ట్ ఎంతండీ...! స్వీట్ సిక్స్టీన్ దాటాను.”

“తిప్పివేసుకోమంటారా?” అనబోయి వద్దులే..! అసలు విషయం రాబట్టాలనీ కామ్ అయ్యాడు పుల్లారావు.

“ఎవరికి చెప్పకండి నేను రోజు గాడిదపాలతో స్నానం చేస్తాను అందుకే ఇంత నాజూకుగా ముడతలు లేకుండా ఉన్నాను.’

“ఓకే థాంక్స్ అసహ్యగారు! మీ సౌందర్య రహస్యం మా నారద టివి వీక్షకులకు చెప్పినందుకు.”

“ఒక్క మాట మీ పేరు పుట్టినప్పటిదా...? లేకా సినీ ఇండస్ట్రీలోకి వచ్చిన తర్వాత మార్చుకున్నారా?”

“నా అందానికి దిష్టి తగులుతుందని ప్రముఖ దర్శకులు కోడి నాయుడుగారు నా పేరు అసహ్యగా మార్చారు. దానితో ఎంత పైకి పోయానో తెలుసుగా?”

‘గాడిద ఎగ్గు కాదు, విగ్గు తీసి తల్లో పేలు దువ్వుకుంటున్న నువ్వు ఒకప్పటి స్టార్ నటివి ఇపుడు కాదు. మిమ్మల్ని మేకప్ లేకుండా చూసి నేను పైకి పోయేట్లున్నాను’ లోపల గొణుక్కున్నాడు పుల్లారావు.

***

బ్రేకింగ్ న్యూస్ ప్రముఖ నటి అసహ్యాగారు..! గాడిదపాలను వాడి తన ముఖ వర్చస్సును పెంచుకున్న కథనంతో రాష్ట్రంలో గాడిదపాలకు పెరిగిన గిరాకీ! అందరూ... గాడిదల కోసం గాలింపు అంటూ నారద టివిలో తెగ ప్రచారం చేస్తున్నారు.

దీని గురించి 'ఆయుర్వేద మేక ' వంతెన సర్రాజు గారిని అడిగి తెల్సుకుందామని నారద టివిలో యాంకర్ సుముఖి తన కాకి స్వరంతో అడగటం మొదలెట్టింది.

"గాంధీగారు మేకపాలతో తన ఆరోగ్యాన్ని పెంచుకుంటే...ఇంగ్లాండ్ రాణులు గాడిద పాలతో స్నానం చేసేవారని చరిత్ర చెప్తుంది. వసుదేవుడు గాడిద కాళ్లు పట్టుకుంటే మనం గాడిదను పూజించినా తప్పులేదు. మేము ముందుకు వెళ్ళి గాడిదపాలతో పాయసం కూడా చేస్తున్నాం ఆ ఆశ్రమంలో. ఇది తాగటం వల్ల గాడిదలాగా మనకు బరువులు మోసే శక్తి పెరుగుతుందని" చెపుతూ... ఒక్కసారిగా ఓండ్ర పెట్టాడు గాడిదలాగా సర్రాజు.

అందరూ దడుచుకున్నారు.

ఈయనను ఫాలో అయ్యేవాళ్ళు ఇపుడు గాడిదపాలకు క్యూ కట్టారు. ఇంకా నెట్లో డాంకీ మిల్క్ వల్ల ఉపయోగాల గురించి తెలుసుకునే వాళ్ళ సంఖ్య పెరిగింది

ఇక్కడ అసహ్య... గాడిద పాలు అమ్మేవారితోకాంట్రాక్ట్ మాట్లాడింది. "నా వల్ల మీకు బిజినెస్ పెరిగింది కాబట్టి నాకు ఎక్కువ ఎమౌంట్ ఇవ్వాలి." దీనితో గాడిద పాల వాళ్లు రాత్రికి రాత్రే పాల రేట్లు పెంచేశారు.

అసెంబ్లీలో కూడా ప్రతి పక్షం వారు, రేషనులో మధ్యతరగతి ప్రజలకు గాడిద పాలను నెలకు ఐదు లీటర్ల చొప్పున ఇవ్వాలని డిమాండు చేస్తున్నారు.

ఎలక్షన్స్ దగ్గర పడటంతోముఖ్యమంత్రి మీటింగు ఏర్పాటు చేసి "ఎవరయ్యా? ఈ గాడిద పాలకు ఇంత డిమాండు పెంచేసింది?"

"సినిమా నటి అసహ్య, నారద టివి, ఇంకా సర్రాజులు డిమాండు పెంచారు. దానితో ఈ గాడిద పాల వాళ్లు వాళ్లతో ఒప్పందం కుదుర్చుకున్నారు మన ప్రతిపక్షం వాళ్ళు ఇంకా ముందుకు వెళ్ళి ఇంటింటికి వెళ్ళి గాడిద పాలు పంచుతున్నారు" అన్నారు మంత్రులు.

"మీరు ఒక పని చేయండి. వెంటనే ఒక పేరున్న ఆయుర్వేద డాక్టరుతో గాడిద పాలకు అందరూ చెప్పినట్లుగా అంత ప్రాముఖ్యం లేదని, ఆ నారద టివిలో చెప్పించండి. వాటిని తాగటం వల్ల కొంతమందికి పడక వాళ్ళు ఏం చేస్తుంది టివిలో చెప్పించండి."

మరుసటి రోజు నారద టివిలో గాడిదపాలు తాగి వింతగా ఎలా ప్రవర్తిస్తున్నారో లైవులో చూపిస్తున్నాడు రచ్చ సూర్యకాంతు. ముఖ్యమంత్రి

అంత క్రితమే గాడిదపాలకు వ్యతిరేకంగా చర్చ పెట్టమని చెప్పటం వల్ల ఇదివరకు గాడిదపాల ఉపయోగాలు చెప్పిన నారద టివి, ఇవాళ గాడిదపాల వల్ల ఎలాంటి దుష్ప్రభావాలు వుంటాయో చర్చ మొదలెట్టింది

చర్చలో ప్రతిపక్ష పార్టీ సభ్యులు, అధికార పార్టీ సభ్యులు కూచున్నారు. ఆరోజు గాడిదపాల గురించి ప్రతిపక్ష, అధికార పార్టీ సభ్యులు కొట్టుకోవటం చూసి సూర్య కాంతు బాగా ఎంజాయ్ చేస్తున్నాడు. ఆయనకున్న సుగరు, బీపీ దెబ్బకు కంట్రోలులోకి వచ్చాయి

ప్రతిపక్ష సభ్యులు "అధికార పార్టీవాళ్ళు సామాన్యులకు గాడిద పాలు ఇవ్వకపోవడం వల్ల చాలామంది ఇబ్బందుల పాలు అవుతున్నారు. మేము అధికారంలోకి వస్తే మనిషికి రోజు లీటరు చొప్పున ఇస్తామని 'నా ఇష్టం పార్టీ' తరుపున మేము ప్రమాణం చేస్తున్నాము" అన్నారు.

అధికార పార్టీ 'అందరి కష్టం పార్టీ' తరుపున ప్రజలకు మేము ఒకటే విజ్ఞప్తి చేస్తున్నాము. ఈ గాడిద పాలు కుండ తాగితే కానీ ప్రయోజనం వుండదు. అదే మీరు ఆవు పాలను గరిటెడు పుచ్చుకుంటే చాలా ప్రయోజనము ఉంది. అందరూ ఆవుపాలు తాగండి. ఇది నేను చెప్పటం కాదు. యోగి వేమన చెప్పిన పద్యం నేను చెప్తున్నాను" అంతే అన్నాడు అధికార ఎంఎల్ఏ.

"ఈరోజు చర్చలో పాల్గొన్న ఆయుర్వేద త్రిఫల చంద్ర మోహను గార్ని అడిగి గాడిద పాల ప్రయోజనాలను గూర్చి తెలుసుకుందాము." ఇంకా ఈ డిబేటులో ఆసక్తిని అందరికీ పంచాలని కుళ్ళు నవ్వు నవ్వుతూ

"చెప్పండి గాడిద పాల గురించి త్రిఫల చూర్ణం గారు!" అన్నాడు సూర్యకాంత్.

"నాకు ప్రజలు ఇచ్చిన ముద్దు పేరు త్రిఫల. అది పిలిస్తే చాలు .చూర్ణం, చూరునీళ్లు

అని నా పేరుకు తగిలించకండి" కోపంగా సూర్యకాంతుతో అన్నాడు చంద్ర మోహను.

"సారీ! గాడిద పాల వల్ల ప్రయోజనాల గురించి చెప్పండి."

"రాష్ట్రమంతా ఈ గాడిద పాల గురించి చర్చ జరుగుతుంది. నిజానికి దీనిలో పెద్ద ఖనిజాలు, విటమిన్స్ లాంటివి లేనే లేవు. ఈ దుష్ప్రచారం మానండి. మా ఇంటికి దగ్గర్లో ఉన్న ఒకాయన ఈ గాడిద పాలు వాడారు. తర్వాత వాళ్ళావిడ వచ్చి ఆయన చేసే వింత చేష్టలు చెప్పి బాధపడింది.

"ఏం చేస్తారమ్మా?" అంటే, " ఇంట్లో చెట్లలో పెరిగే గడ్డి తింటున్నారు. గాడిద తన్నులు తంతున్నారు. అదేమంటే గాడిద ఓండ్ర పెట్టినట్లు పెడుతున్నారు. మా ఇంటి పక్కవాళ్ళు వచ్చి ఈయన ఓండ్ర వల్ల మాకు నిద్ర పట్టటం లేదంటున్నారు. వెళ్ళి బాల్కనీలోని స్తంభం పక్కన పడుకుంటారు. అక్కడే పాసు పోయటం. అసలే నడుము

నొప్పితో బాధపడే నేను కదగలేక చస్తున్నాను. ఎలాగో మీరు ఈ పాలకు విరుగుడు మందు ఇవ్వమని ప్రాధేయపడింది.

వీధి చివర సంగీతం టీచర్ ఇంటి ముందు ఎక్కువగా వుంటారు. ఆవిడ పాడటం మొదలెట్టగానే ఈయన ఓంద్ర పెడతారు. ఆవిడ వచ్చి గోల చేసింది. ఈయన్ని పోలీసులకు పట్టిస్తానని.

నేను ఆవిడకు ధైర్యం చెప్పి ఆ గాడిద పాలకు విరుగుడు మందు ఇస్తే ఇపుడే ఆయన తేరుకుంటున్నారు" ఇంకా ఆయన ఏదో చెప్పబోతుంటే.."మీరు వుండండి, ఇక్కడ ఒక కాలరు లైన్లో రెడీగా వున్నారు చెప్పండి మీరు!"ఆ వ్యక్తిని నవ్వుతూ అడిగాడు రచ్చ సూర్యకాంతు.

"నా పేరు వినయ్. మేము గాడిద పాల బాధితులం. ఈ గాడిద పాలతో స్నానం వల్ల విక్టోరియా రాణి అందంగా ఉందని తెలుసుకుని మా ఆవిడ తను రెండు లీటర్ల గాడిదపాలు కొని స్నానం చేసింది. ఒళ్ళంతా మంగు మచ్చలు వచ్చి పులి లాగా అయింది. దసరాకు పులివేషం కోసం నా భార్యను గుడి వాళ్ళు అడిగారని" ఏడుస్తూ చెప్పాడు.

ఒకసారి ఆవిడని చూపించమని సూర్యకాంతు ఆసక్తిగా అడిగాడు.

వినయ్ భార్యను చూపిస్తే శరీరమంతా మచ్చలతో పులిలాగ ఉంది ఆమె.

సూర్యకాంతు త్రిఫల చంద్రమోహనుతో "దీనికి వైద్యం లేదా?"

"ఎందుకు లేదు ఆవు పేడను మొహానికి పూసుకుంటే దెబ్బకు మచ్చలు తగ్గుతాయి.

ఇంకా పోకపోతే గోమూత్రం పొద్దున ఒక గ్లాసు, రాత్రి ఒక గ్లాసు తాగితే దెబ్బకు మచ్చలు పోతాయి."

వెంటనే అధికార పార్టీ సభ్యుడు "ఇన్ని ఉదాహరణలు కనపడుతుంటే ప్రజలు ఇవి ఎలా వాడతారు? ప్రజలు అన్ని గమనిస్తున్నారు. ఒక్క నా ఇష్టం ప్రతిపక్షం పార్టీ

వాళ్ళు మాత్రమే ఈ గాడిదపాలను సమర్థిస్తున్నారంటే ఇది వాళ్ల యొక్క దురుద్దేశం అని అర్థమవుతుంది. మన ముఖ్యమంత్రి గారు మనకు గాడిదలు ముఖ్యమా? మనుష్యులు ముఖ్యమా? అని మమ్మల్ని నిలదీస్తున్నారు.

మనుష్యుల్ని కాపాడుకుందాం అనే మా పార్టీ నినాదాన్ని ప్రజలు గుర్తించాలని మనవి చేసుకుంటున్నాము".

***

మరసటి రోజు అసెంబ్లీ ముందు ప్రతిపక్షంవాళ్ళు గాడిదపాలు అమ్ముకునే వాళ్లతో ధర్నాలు చేయిస్తున్నారు. ఇది తెలిసి ప్రధానమంత్రి రంగంలోకి దిగి గాడిదపాలను బ్యాను చేయమన్నాడు ప్రభుత్వాన్ని.

బ్రేకింగ్ న్యూస్ "ప్రజలు గాడిద పాలను తాగి ఓండ్ర పెడుతూ అందర్నీ తంతున్నారని, మరియు చర్మ వ్యాధుల పాలవుతున్నారని గాడిదపాలను బ్యాన్ చేయమని గవర్నమెంట్ ఆర్డర్" అని మన రచ్చ సూర్యకాంతు న్యూస్ బులెటెన్ బాధపడుతూ చదివాడు.

దీనితో డీలా పడిన గాడిద పాల సంఘం వాళ్ళు ప్రచారం కోసం ఎంతో డబ్బు ఇచ్చిన సూర్యకాంతు, సత్రాజు, అసహ్యల ఇంటికి కర్రలు తీసుకుని వెళ్లారు.

రాజు కొండ మీద ఆశ్రమంలో వుంటే.. ఆకులు అలములు తింటూ ఉంటే అసహ్య సత్యానంద ఆశ్రమంలో ఆయన శివ తాండవాన్ని చూడటంలో మునిగింది. రచ్చ సూర్యకాంతు ఏదో కుంభకోణంలో ఇరుక్కుని జైలు కెల్లాడు.

అల్లుడు గారు- ఆవకాయ పచ్చడి

పారుపల్లి అజయ్ కుమార్

ఆనందరావు తన ఎదురుగా వున్న వెండి పళ్ళెంలో వడ్డించిన వంటకాల కేసి చూశాడు. పులిహోర, పరమాన్నం, చక్రపొంగలి, పనస బిర్యాని, దద్ధోజనం కొద్దికొద్దిగా పెట్టివున్నాయి. పళ్ళెం చుట్టూ వున్న చిన్ని చిన్ని గిన్నెల్లో ఆరు రకాల కూరలు, నాలుగు రకాల చట్నీలు, సాంబారు, రసం, ములక్కాడల పులుసు, గడ్డపెరుగు, పూతరేకులు, మైసూర్ పాక్ వంటి స్వీట్లు, సమోసా, మిరపకాయ బజ్జీ, అప్పడాలు, వడియాలు, చల్ల మిరప కాయలు యింకా ఏమిటేమిటో పేరు తెలియనివి చాలా వున్నాయి.

"వామ్మో! ఇవన్నీ తినటానికేనా?" అన్నాడు ఒకింత ఆశ్చర్యంగా.

"అయ్... అల్లుడు గారండీ! వీటికే ఆశ్చర్యపోతున్నారా? మా పెళ్లయిన కొత్తలో మా అత్తగారింటికి వెళ్ళినప్పుడు మా అత్తగారు... అదే మీ అత్తయ్య అమ్మగారు అరవై ఆరు రకాల వంటకాలు చేసి నా ఎదురుగా పెట్టిందండి. తినమని ఒకటే బలవంతం. మొహమాటం కొద్దీ బాగానే లాగించానండి. ఇక చూసుకోండి... నా బాధలు మొదలయ్యాయండి. పొట్ట ఉబ్బిపోయింది. రాత్రంతా కడుపులో ఒకటే గుడగుడ... తెల్లవార్లూ టాయిలెట్ కు పోవడం..రావడం... ఇదే సరిపోయిందండి..." అన్నాడు మామ పరమేశ్వరం పెద్దగా నవ్వుతూ.

"భోజనాల దగ్గర ఆ చెత్త కబుర్లెందుకు...?" అంటూ మొగుణ్ణి కరిచేలా చూస్తూ కసిరింది మంగతాయారు.

వెంటనే అల్లుడివైపు ప్రేమగా చూస్తూ...

"కొత్త అల్లుడికి అత్తారింట్లో రుచికరమైన వంటకాలతో మర్యాద చేయడం మన ఆచారం కదా బాబూ. అయినా నేను ఎన్నో చేయలేదు. మీకు అదిష్టం, ఇదిష్టం అంటూ వీటిలో కొన్ని అమ్మాయి కూడా చేసింది." అంది.

అప్పటిదాకా అక్కడే తచ్చాడుతున్న ఆనందరావు భార్య సంగీత సిగ్గుతో తలుపు చాటుకు చేరింది. ఆనందరావు సంగీత వైపు చూస్తూ కళ్ళు ఎగురవేశాడు.

"మీకీ సంగతి తెలుసాండీ? అల్లుడికి చేసే మర్యాదల విషయంలో ముందుగా మా గోదారి జిల్లా వారినే చెప్పుకోవాలండీ. గోదారోళ్లు అంటేనే ఆతిథ్యానికి మారుపేరండి. ప్రతి మాట చివర సాగదీత... అందులో వెటకారం కలబోత... ఆ వెటకారంలో మమకారం కలనేతలా కలసిపోయి వుంటుందండి. నాగరీకం ముదిరాకా, సాగతీత కాసింత తగ్గింది గాని, మర్యాదల విషయంలో PhD పట్టభద్రులండీ మా గోదారోళ్లు. ఇంటికి వచ్చే అతిథులకు, రకరకాల వంటలతో వడ్డించి మర్యాదలతో ముంచెత్తుతారండి. కడుపు నిండా తినేదాకా ఊరుకోరండి. అయ్... ఇక కొత్త అల్లుళ్లకు అయితే ఆ మర్యాదల గురించి, ఆ హడావుడి గురించి చెప్పనక్కర్లేదండి. మా గోదారోళ్లు వెటకారాలతోనే కాదు వంటకాలతో కూడా చంపేస్తారండి బాబూ. అయ్.. నిజమే కదండీ...మా గోదారోళ్ళంటే అంతే మరి." తన్మయత్వంతో చెప్పుకు పోతున్న మామ పరమేశ్వరంను చూస్తూ

"మామగారూ, మీ అత్తగారిది కూడా గోదావరి జిల్లానా?" అడిగాడు ఆనందరావు.

"అయ్...నా కంత అదృష్టం ఎక్కడ ఏడ్చిందండి? నేను గోదావరి జిల్లా వాణ్ణి అయినా అక్కడ పెరగలేదండి. మా నాన్న గారి ఉద్యోగరీత్యా ఇటువైపు వచ్చి స్థిరపడ్డామండీ. పెళ్ళి కూడా ఇటువైపు అమ్మాయినే చేసుకున్నానండీ.

నా స్నేహితుల్లో ఇద్దరు తూగోజి అల్లుళ్ళు వున్నారండి. వారు చెప్పేవారు ఆ విషయాలన్నీ.

ఓసారండి! నా ఫ్రెండ్ పెళ్ళిచూపుల కోసం మొదటిసారిగా వాళ్ళ అత్తగారి ఊరు వెళ్ళాడు. దారిలో కనపడ్డ మనిషిని

"బాబు! మాధవయ్య గారిల్లెక్కడా?" అని

అడిగాడట.

"ఎక్కడండి! ఇల్లెక్కడానికి ఆయనకేం పని? పైగా ఆయన పెద్ద వయస్సు వాడు" అని మొహాన కొట్టినట్లు ఠక్కున జవాబు చెప్పాడట అతను.

ఇలా ఉంటాయ్ మా గోదారోళ్ల మాటలు...

పదో తరగతి చదివేటప్పుడు విశాలాక్షి అని గోదారి జిల్లా అమ్మాయి నాతో ఎంచక్కా కబుర్లాడేది. కానీ పబ్లిక్ పరీక్షల్లో నాకన్నా రెండు మార్కులు ఎక్కువొచ్చిన పాపారావును పెళ్లాడిందండి. అలా గోదారి జిల్లా అల్లుడినయ్యే అదృష్టం తప్పిపోయిందండి." అన్నాడు మామ పరమేశ్వరం నిట్టూరుస్తూ.

"ఆ విశాలాక్షినే వెతుక్కుంటూ వెళ్ళక పోయారా?" ఉడుక్కుంటూ అంది మంగతాయారు.

"మంగపతి కావాలని నా నుదుట రాశాడండి ఆ దేవుడు. తప్పుతుందా విధిరాత!" మరొక్క నిట్టూర్పు విడిచాడు పరమేశ్వరం.

"గుంటూరు వాళ్ళ కూరల్లో కారం ఎక్కువ,

గోదారోళ్ల మాటల్లో ఎటకారం ఎక్కువంటారు బాబూ. ఈ గోదారి జిల్లా వోళ్లు సామాన్యులు కారు. ఆళ్ల మాటల్లో మమకారం, చమత్కారం, ఎటకారమే కాదు, ఆ మాటకొస్తే కాసింత సూరేకారం కూడా కలగలిసుంటాది." అల్లుడితో అని,

మొగుడికేసి రుసరుసలాడుతూ చూస్తూ

"అయినా మా అమ్మ మీ మర్యాదలకేం తక్కువ చేయలేదుగా. ఇప్పుడేం తక్కువయిందని ఆ నిట్టూర్పులు." అంది మంగతాయారు.

భార్యకు కోపం వచ్చిందని గ్రహించి

"మా మాటల్లో యెటకారం అంటారు కానండీ అది యెటకారం కాదండీ... ప్రేమ, మమకారం, అధికారం.... ఆయ్... మనిషి మీద అధికారమండీ.. ప్రతోడూ మనోడే

ప్రతీదీ మనదే అనుకోటం ఉంది చూసారా... అది. అది మాటల్లో ఎటకారం తెప్పిత్తాదండి. ఏ మాటకామాటే చెప్పాలంటే మా అత్తగారు కూడా అల్లుడికి మర్యాద చేయడంలో గోదారోళ్ళకు ఏం తీసిపోదండి!" అంటూ భార్య వైపు ప్రేమగా చూశాడు.

కనుబొమలు ముడివేసి, కళ్ళు చిట్లించి, పెదాలు బిగించి, మూతి మూడు వంకర్లు తిప్పుతూ భర్త వైపు చిరుకోపంగా చూసింది మంగతాయారు.

పరమేశ్వరం తనలో తనే నవ్వుకుంటూ అల్లుడిని చూస్తూ "ఒకసారి ఏమైందో తెలుసాండి? మా పెళ్లైన కొత్తలో ఒకసారి మా అత్తగారింట్లో అందరం భోజనానికి కూర్చున్నామండి. మా అత్తగారే వడ్డిస్తూ వుందండి. నాకు నాన్ వెజ్ అంటే చాలా ఇష్టం అని తాయారు వాళ్ళ అమ్మకు చెప్పిందట. మా అత్తగారు ఎవరూ చూడకుండా నా పళ్ళెంలో రెండు లెగ్ పీసెస్ ఎక్కువ వేసి వాటిపైన అన్నం పెట్టి కప్పేసిందండి. మళ్ళీ మామూలుగా అందరితో పాటుగా నాకూ చికెన్ కూరను వడ్డించిందండి. అల్లుడంటే అత్తగారు ఇచ్చే మర్యాదకు, ప్రేమకు ఇదో చిన్న ఉదాహరణ మాత్రమేనండీ. ఒకప్పుడు అల్లుడు అత్తగారింట్లో ఎంత బెట్టు చేస్తే అంత గొప్ప అని అనుకునేవారండి. ఇప్పుడు కాలం మారిందండి. అత్త, మామలు అల్లుడు అంటే మర్యాద, గౌరవం, ప్రేమ చూపించినట్లే అల్లుళ్ళు కూడా వారితో సంతోషంగా ఒకే కుటుంబంలా కలిసి పోవాలండి. అప్పుడే అల్లుడికి విలువ, మర్యాద పెరుగుతాయండి ." అన్నాడు పరమేశ్వరం చిరునవ్వులు చిందిస్తూ.

ఒక్కో వంటకాన్ని కొద్దికొద్దిగా రుచి చూస్తున్న ఆనందరావు అక్కడున్న వాటన్నింటినీ పరికిస్తూ

"అత్తగారూ! ఆవకాయ లేదేంటి ఇక్కడ?"

అని అడిగాడు.

"అడిగారూ! అనుకుంటూనే వున్నా. ఆవకాయ లేకుండా అల్లుడి గారికి విందు చేయడమేమిటని. కొత్తావకాయ పచ్చడి

యింకా పెట్టలేదు అల్లుడుగారూ. పచ్చడికి గుంటూరు ఎర్రకారం, వెల్లుల్లి పాయలు, ఆవాలు, మెంతులు, పప్పు నూనె అన్నీ సిద్ధం చేసుకున్నాను. మార్కెట్ లో పచ్చడి మామిడికాయలు కూడా వచ్చేశాయి."

నిట్టూరుస్తూ అంది మంగతాయారు.

"మరి ఎందుకు పెట్టలేదు?" కుతూహలంగా అడిగాడు ఆనందరావు.

"ప్రతీ సంవత్సరం మామిడికాయలు ముక్కలుగా కోసిపెట్టే అతను అర్జంట్ పని మీద వూరు వెళ్ళాడు. ఇంకో వారం దాకా రాడు అతను. మీ మామగారికి ముక్కలు నరకడం చేతకాదు. నాకు మార్కెట్ లో మామిడికాయలు ముక్కలు కొట్టే వారి దగ్గర కొట్టించడం ఇష్టం వుండదు. అందుకే కొత్త పచ్చడి పెట్టలేదు." విచారంగా ముఖం పెడుతూ అంది మంగతాయారు.

"పాత ఆవకాయ అయిపోయిందా?"

అడిగాడు ఆనందరావు.

"కొత్త పచ్చడి పెడుతున్నాం కదా అని

పాత పచ్చడి కొద్దిగా వుంటే పనమ్మాయికి ఇచ్చేశాను." తప్పు చేసినట్లుగా తల వంచుకుని నెమ్మదిగా అంది మంగతాయారు.

"అల్లుడు గారండీ! మీకు పచ్చడి కాయలు ముక్కలుగా కోయడం వచ్చాండీ?" అడిగాడు పరమేశ్వరం హఠాత్తుగా.

పక్కనే బాంబు పడ్డట్టు ఉలిక్కిపడ్డాడు ఆనందరావు. అసలు కూరగాయలు తరగటం కూడా రాదు తనకు.

తన ఉలికిపాటును కప్పి పుచ్చుకుంటూ గ్లాసులో నీళ్ళను గటగటా తాగేశాడు.

తలుపు చాటునుండి భార్య సంగీత ఆనందరావు కేసి కుతూహలంగా చూస్తున్నది. అత్తగారి ముందు,భార్య ముందు చులకన కావడం ఇష్టంలేక "అదేమంత పెద్ద పని కాదు మామగారు. మామిడి కాయలను ముక్కలుగా కోయడం నాకు బ్రహ్మాండంగా వచ్చు.

ఎంత పెద్ద కాయ అయినా నా చేతిలో పడితే ముక్కలు, ముక్కలు అయిపోవాల్సిందే... మా ఇంట్లో ఎన్నోసార్లు పచ్చడి నేనే కలిపేవాడిని."

అంటూ లేత సొరకాయ కోసినంత తేలికగా కోతలు కోసేసాడు.

మంగతాయారు, సంగీతలు హీరోను చూసినట్లు ఆనందరావును చూశారు.

"చూశారా! మీకన్నా అల్లుడు గారే నయం.

సాఫ్ట్ వేర్ ఇంజనీర్ అయినా ఆ భేషజాలు ఏమీ లేకుండా మామిడి కాయలు ముక్కలు గా కోసి పచ్చడి పెట్టానంటున్నాడు.

మీకే ఏ పనీ చేతకాదు." మొగుణ్ణి తీసిపారేస్తూ, అల్లుడివంక మెచ్చుకోలుగా చూస్తూ అంది మంగతాయారు.

పరమేశ్వరం భార్య మాటలు పెద్దగా పట్టించుకోకుండా "అయితే రేపు ఉదయాన్నే మార్కెట్ కు వెళ్ళి పచ్చడి కాయలు తెద్దాం అల్లుడు గారూ!"

అన్నాడు ఆనందరావుతో.

మింగలేక, కక్కలేక అన్నట్టుగా అయింది ఆనందర్రావు పరిస్థితి. సరేననేలా తలను బొంగరంలా గిరగిరా తిప్పాడు.

***

మరునాడు ఉదయం యింకా తూరుపు రేఖలు విచ్చుకోక ముందే పరమేశ్వరం లేచి, అల్లుడిని కూడా లేపి పాచి ముఖాన్నే మార్కెట్ కు తీసుకెళ్లాడు.

మార్కెట్ కు వెళ్ళేముందు భార్యతో “తాయారు, వెల్లుల్లి పాయలు వలిచి, ఆవపిండి, మెంతి పిండి రెడీ చేసి వుంచు. మేం కాయలు తీసుకురాగానే పచ్చడి పెట్టేద్దాం.” అని చెప్పాడు పరమేశ్వరం.

“ఏ కాయలు తీసుకుందాం అల్లుడు గారూ!

తెల్ల గులాబీలు తీసుకుందామా? లేక

చిన్న రసాలా? పెద్ద రసాలా? నీ దృష్టిలో ఏ కాయలు బాగుంటాయండి పచ్చడికి?”అడిగాడు పరమేశ్వరం మార్కెట్ కు చేరుకోగానే.

“మామిడి కాయలు తీసుకుందామని వచ్చాముగా మామగారు. తెల్ల గులాబీలు ఇప్పుడు ఎందుకు? అయినా ఇది పూల మార్కెట్ కాదుగా! ఇక్కడ తెల్లగులాబీలు ఎందుకు వుంటాయి?” అన్నాడు ఆనందరావు మార్కెట్ అంతా కలయచూస్తూ.

పరమేశ్వరం తెల్లబోయి అల్లుడి వైపు ఒక్కక్షణం చూసి “అల్లుడుగారూ, మీరు మా గోదారోళ్ల కన్నా మహా చతురుల్లా వున్నారే! పొద్దునే భలే జోకేశారండి.” అంటూ పెద్దగా నవ్వేసి

“ఇంతకూ ఏ కాయలు తీసుకుందాం అల్లుడు గారూ? ఈ సంవత్సరం మీ కిష్టమైన కాయలతో పచ్చడి పెట్టుకుందాం అండీ” అన్నాడు.

మార్కెట్ లో రాశులు, రాశులుగా పోసివున్న మామిడి కాయలను చూస్తూ నిలబడిపోయాడు ఆనందరావు. పాపం అతనికి తెల్ల గులాబీ అంటే తెలీదు. రసాలు అంటే అసలే తెలీదు. దాన్ని కప్పిపుచ్చుకుంటూ మార్కెట్ లో చాలా మంది గుమిగూడి వున్న చోట ఆగి అక్కడ చాలా పెద్దగా కనిపిస్తున్న కాయలను చూపిస్తూ “ఇవి బాగుంటాయి మామగారు.” అన్నాడు గడుసుగా.

“ఓ! ఇవి జలాలు. సరే వీటినే తీసుకుందాం.

కానీ ఇవి చాలా పెద్దగా వున్నాయండి. ముక్కలు చేయడం కష్టమవుతుందేమో!" సాలోచనగా అల్లుడి వైపు చూస్తూ అన్నాడు మామ.

ఇంతదాకా వచ్చాక ఇక తగ్గేదేం లేదన్నట్లుగా "మీకెందుకు మామగారు. నేనున్నాగా!" అంటూ భరోసా ఇచ్చాడు ఆనందరావు.

అక్కడ వున్న కాయల్లో పెద్దగా వున్న వాటిని ఏరి కొన్నారు మామా అల్లుడు.

దుకాణదారుడు "అయ్యగారూ! వీటిని ముక్కలుగా కొట్టి ఇవ్వమంటారా?" అని అడిగాడు.

"అవసరం లేదోయ్. ఇంటిదగ్గర చేసుకుంటాం. అయ్...ఇదుగో మా అల్లుడు వున్నాడు. బ్రహ్మాండంగా ముక్కలు చేస్తాడు." అన్నాడు పరమేశ్వరం

ఆనందరావును చూపిస్తూ.

ఆనందరావు ఛాతిని రెండు అంగుళాలు పెంచి హుందాగా తలాడించాడు.

మామా, అల్లుడు మామిడి కాయలు తీసుకుని ఇంటికి రాగానే మంగ తాయారు ఆదుర్దాగా ఎదురువచ్చి

"ఏమండీ, మీ అన్నయ్యకు ఛాతీలో నొప్పి వచ్చి ఆసుపత్రిలో చేర్చారట. వెంటనే మనల్ని రమ్మని ఫోన్ చేసారు." అంది.

పరమేశ్వరం ఆ కబురు వింటూనే కంగారు పడిపోయాడు. " పెద్ద మామ గారికి ఏం కాదు మామగారు. మీరు ముగ్గురూ వెంటనే బయలుదేరి వెళ్ళండి. నేను ఇంట్లో వుంటాను." మామను ఓదార్చుతూ అన్నాడు ఆనందరావు.

కొత్త అల్లుడిని ఒక్కడిని ఇంటిలో వుంచి పోవడంపై తటపటాయిస్తున్న అత్తగారిని చూస్తూ "మీరు ఇంకేం ఆలోచించకండి. తొందరగా బయలుదేరండి." అని అన్నాడు ఆనందరావు.

కారు ఎక్కేముందు "మరి ఆవకాయ పచ్చడికి అన్నీ సిద్ధం అయ్యాయి. అక్కడ పరిస్థితి ఎలా వుంటుందో. మేం వచ్చేసరికి అవన్నీ పాడై పోతాయేమో..."

సందిగ్ధంగా అంటున్న అత్తగారిని చూస్తూ

"మీరేం వర్రీ కాకండి అత్తగారూ. ఆవకాయ సంగతి నేను చూసుకుంటాగా!" మరోసారి అడ్డంగా కోసేశాడు ఆనందరావు.

"ఉప్పు, కారం, ఆవపిండి కొలతల ప్రకారం చూసి పచ్చడి జాగ్రత్తగా కలపండి అల్లుడుగారు. సంవత్సరమంతా నిలువ ఉండే పచ్చడి కదా!" అంటూ అల్లుడికి కొన్ని జాగ్రత్తలు చెప్పి కారెక్కింది మంగతాయారు.

కారు వెళ్ళిపోగానే పాంటును విప్పి లుంగీ లోకి దూరిపోయాడు. కుర్చీలో కూర్చొని సెల్ తీసుకుని ఆవకాయ పచ్చడి గురించి గూగులమ్మను అడిగి తెలుసుకున్నాడు.

వంటింట్లో వున్న కత్తి పీటను తీసుకొచ్చి హాల్లో పెట్టాడు. లుంగీని పైకి ఎగగట్టి యుద్ధానికి సిద్ధమైన వీరుడిలా తలపైకి ఎగురవేసి నేలమీద చతికిలపడ్డాడు.

మామిడి కాయను తీసుకుని కత్తిపీటతో కోయబోయాడు. కాయ అంగుళం కూడా తెగలేదు కానీ కత్తిపీట మూడు అంగుళాలు ముందుకు కదిలింది. రెండు, మూడు సార్లు కోయబోయినా అలాగే జరిగేసరికి ఇలా లాభంలేదని ఎడమకాలి పాదంతో కత్తిపీటను తొక్కిపట్టి మామిడి కాయను రెండు చేతులతో పట్టుకుని బలమంతా ఉపయోగించి కోయబోయాడు. కాయ ఇసుమంత కూడా తెగలేదు కానీ ఆ ఊపుకు ఆనందరావు ముందుకు తూలి కత్తిపీట మీద పడబోయి తమాయించుకున్నాడు.

ఇలా కాదని సెల్ తీసుకుని మళ్ళీ గూగుల్ లోకి దూరాడు. కాసేపటి తరువాత వంటిల్లు అంతా గాలించి చెక్క పీట మీద పెద్ద కత్తి అమర్చి వున్న కట్టర్ ను కనుగొన్నాడు. దానిని తీసుకొచ్చి హాల్లో ఉంచాడు. చెక్క మీద ఒక మామిడి కాయను వుంచి పైనున్న కత్తితో గట్టిగా నొక్కాడు. చెక్కమీద వున్న కాయ ఆదాటున ఎగిరి ఆనందరావు నుదురును గట్టిగా ముద్దు పెట్టుకుంది.

"అమ్మా!" అంటూ రెండు చేతులతో తల పట్టుకున్నాడు ఆనందరావు. నుదురును తడిమి చూసుకున్నాడు. కుంకుడు గింజంత బొప్పి తగిలింది చేతికి.

సెల్ రింగ్ అవుతుంటే తీసి ఆన్ చేసాడు.

సంగీత ఫోన్ చేస్తున్నది.

"ఏమండీ, పచ్చడి గురించి ఏమన్నా డౌట్ వస్తే అమ్మ ఫోన్ చేయమని చెపుతున్నది." ముద్దుముద్దుగా పలికింది భార్యామణి.

"మై స్వీట్ డార్లింగ్! ఆవకాయ గురించి మీరేం టెన్షన్ పడొద్దు. నే చూసుకుంటాగా!" నుదురు చిమచిమలాడుతున్నా నవ్వు ఒలకబోస్తూ ఒకింత ధీమాగా అన్నాడు.

"వాట్సప్ లో అప్పుడప్పుడూ పచ్చడి ఫోటోలు షేర్ చేయండి. మీరెలా పచ్చడి చేస్తున్నారో చూసి తరిస్తాను." సంగీత గోముగా అంది.

"ఓకే. ఫోటోలు తీసి పంపిస్తా డార్లింగ్..."

అంటూ ఫోన్ పెట్టేసి ఏం చేయాలో తోచక జుట్టు పీక్కున్నాడు ఆనందరావు.

నీళ్ళలో నానేసిన మామిడికాయల ఫోటో,

లుంగీ మీద ఆరబోసిన మామిడి కాయల ఫోటో, ముక్కలుగా కోసిన ఫోటో,

నూనె, కారం కలిపిన ముక్కల ఫోటో, జాడీలో నింపిన ఆవకాయ పచ్చడి ఫోటో ఇలా సంగీత వాట్సప్ కు అరగంటకో ఫోటో చొప్పున వచ్చాయి ఆనందరావు సెల్ నుండి. తల్లీ, కూతురు ఆ ఫోటోలు చూసి ఆనందరావు పనితనాన్ని మెచ్చుకుంటూ మురిసిపోయారు.

***

పరమేశ్వరం అన్నకు యాంజియోగ్రామ్ పరీక్ష చేశారు. అంతా బాగానే వుందని వచ్చిన రిపోర్ట్ చూసి అందరూ సంతోషం వ్యక్తం చేసారు. మూడు రోజుల

తరువాత పరమేశ్వరం కుటుంబం తిరిగి వచ్చారు. వారితో పాటుగా అన్న కూతురు, ఆమె భర్త, పిల్లలు కూడా వచ్చారు.

మంగతాయారు, సంగీత చకచకా వంట చేసి అందరినీ భోజనాలకు పిలిచారు.

జాడీలో వున్న ఆవకాయ పచ్చడిని చిన్న సీసాలోకి తీసి డైనింగ్ టేబుల్ మీద పెట్టింది సంగీత.

భోజనాలప్పుడు పరమేశ్వరం ముద్దపప్పు,

ఆవకాయ పచ్చడిని అన్నంలో కలుపుకుని దానిలో రెండు చెంచాల నెయ్యి వేసుకుని గుండ్రటి ముద్దలు చేసి తింటూ

"అయ్... అల్లుడు గారండీ... ఆవకాయ అదిరిందండి. ఇది తింటుంటే నాకో కవిత గుర్తుకొచ్చిందండీ.

వెండి పళ్ళెంలో వేడన్నం పెట్టి
కమ్మగా కాచిన నెయ్యిని వేసి
కొత్తావకాయకు ముద్దపప్పును కలిపి
ముద్దు ముద్దుగా ముద్దలు చేసి
గుటుక్కుగుటుక్కుమని మింగుతూ వుంటే
ఆహా ఏమి రుచి అనరా మైమరచి
నా సామిరంగా! స్వర్గమిక్కడే వుందండి..."

అంటూ గొంతెత్తి పాడి

"నిజం చెప్పాలంటే మీ అత్తగారి కంటే మీరే బాగా పెట్టారండీ." అంటూ అల్లుడి వైపు మెచ్చుకోలుగా చూసాడు పరమేశ్వరం.

"అయితే ఇకనేం... ప్రతీ ఏడు అల్లుడు గారితోనే ఆవకాయ పెట్టించుకోండి" అంది మంగతాయారు చిరుకోపంతో.

ఆనందరావు ముసిముసి నవ్వులు నవ్వుతూ కనుబొమలు ఎగురవేస్తూ భార్యకేసి చూశాడు.

"సాఫ్ట్ వేర్ ఇంజనీరుగారికి పాకశాస్త్రంలో కూడా ప్రావీణ్యం బాగానే వున్నట్లుంది." అంటూ వచ్చిన అతిథులు కూడా మెచ్చుకునేసరికి కాలర్ సవరించుకున్నాడు ది గ్రేట్ ఆనందరావు.

ఇంతలో మంగతాయారు సెల్ రింగయ్యింది. ఫోన్ తీసుకుని అవతలికి వెళ్ళి వచ్చింది.

"ఎవరు?" అడిగాడు పరమేశ్వరం.

"నా స్నేహితురాలు వర్ధని. స్వగృహ పచ్చళ్ళ నిర్వాహకురాలు. మన అల్లుడు గారు ఆవకాయ పెట్టాడని తెలిసిందట. ఎలా వుందని అడుగుతోంది." అల్లుడు వంక చూస్తూ అంది మంగతాయారు.

ఆ మాట వింటూనే ఆనందరావు

ఉలిక్కిపడ్డాడు. గబగబా భోజనం పూర్తిచేసి చేయి కడిగేందుకు దూరంగా వున్న సింక్ దగ్గరకు వెళ్ళాడు.

నాప్కిన్ తెచ్చిన అత్తగారిని చూస్తూ

"మీకు అంతా తెలిసిపోయిందా?" అన్నాడు ఏడుపు ముఖంతో.

మంగ తాయారు చిన్నగా నవ్వుతూ "మొన్ననే వర్ధని ఫోన్ చేసి చెప్పింది. మీరు మామిడి కాయలు, పచ్చడి పెట్టే ఇతర దినుసులన్నీ తీసుకెళ్ళి పచ్చడి పెట్టమని తనని అడిగారట కదా. కిలోల లెక్కన డబ్బులు కూడా ఇచ్చారని చెప్పింది.

ఆ డబ్బులు నాకు ఫోన్ పే చేసింది.

మీరు పంపిన పచ్చడి ఫోటోలు నెట్ లో వెతికి పంపారని తెలుసుకున్నాను." అంది.

"మరి ఈ సంగతి అందరికీ తెలిసిందా?"

ముఖం చిన్నబుచ్చుకుంటూ లోగొంతుకతో అడిగాడు ఆనందరావు.

"నేను ఎవరికీ చెప్పలేదు. చెప్పను కూడా. అల్లుడి గౌరవం, మర్యాద కాపాడటమే అత్తగారిగా నా బాధ్యత" చిరునవ్వుతో అభయమిస్తున్నట్లుగా అంది.

ఆ సమయంలో అత్తగారు సాక్షాత్తు శ్రీ మహాలక్ష్మీ స్వరూపమైన అలమేలు మంగ దేవతగా కనిపించింది ఆనందరావుకు.

మనసులోనే అత్తగారికి శతకోటి ప్రణామములు సమర్పించుకున్నాడు అల్లుడు ఆనందరావు.

ఆరున్నొకటో రాగం అను 'క్రైయింగ్ క్లబ్'

డా. సుగుణ రావు

పోలీస్ ఉద్యోగంలో చేరిన సంవత్సరంలోపే పరాంకుశానికి సంగీతలక్ష్మితో పెళ్లి అయ్యింది.

సంగీతలక్ష్మి నిజంగానే సార్థక నామధేయురాలు. అతను పెళ్ళిచూపులకు వెళ్ళినప్పుడు 'నీ అభిరుచులు ఏమిటి?' అని అడగ్గానే 'పాటలు పాడడం అంది' వెంటనే శ్రోతలు కోరిన పాటల కార్యక్రమం మొదలెట్టింది.

''మీరజాలగలడా నా ఆనతి

నిఖిల లోక జగతిన్ సత్యాపతి''

అంటూ అందుకుంది. అలా పోలీసు పరాంకుశంతో సరిగమల సంగీత లక్ష్మికు పెళ్ళైంది.

ఏడేళ్ళు గడిచాయి. ఇద్దరు పిల్లలు. సంసార జంఝాటంలో పడిన ఆమె, పాటలు పాడడం ఆపేసింది.

ఉన్నట్టుండి ఒకరోజు అటక మీద ఉన్న వీణ తీసింది సంగీతలక్ష్మి.

''ఇప్పుడు ఇదెందుకు తీశావ్?'' కంగారుగా అన్నాడు పరాంకుశం.

''రాగాలతో రోగాలు కుదర్చవచ్చునట. అందుకే సాధన మొదలెడుతున్నాను'' అంది.

'అంటే?' అర్థం కానట్టు చూశాడు.

''చిన్న చిన్న జ్వరాలకు, తలనొప్పులకు, జలుబులకు డాక్టర్ దగ్గరకు పరుగెత్తడం కన్నా... సంగీతంతో వైద్యం చేయవచ్చునట. యూట్యూబ్‌లో ఒక

పోస్టింగ్ చూశాను. శిశువులను, పశువులను ఆనందింపచేసేది సంగీతం. ఆడుతూ, పాడుతూ పనిచేస్తుంటే.. అలుపు సొలుపు ఉండదు అంటారు కదా!'' అంది ఆమె మెల్లగా.

“సరే నీ ఇష్టం'' అనేశాడు.

ఈమధ్య కాలంలో అతడికి భక్తి ఎక్కువైంది. రోజూ డ్యూటీ అయిన తర్వాత గుళ్ళోకెళ్ళి వస్తున్నాడు. చెవిలో పువ్వు, చేతిలో ప్రసాదం. భర్త భక్తిలో పడినందుకు సంగీత లక్ష్మి కూడా సంతోషించింది.

***

వారుండే పోలీస్ క్వార్టర్స్ దగ్గరే వారి స్టేషన్ ఇన్స్పెక్టర్‌గారు కూడా ఉంటారు. అంతకుముందున్న ఎస్.ఐ. బదిలీ కావడంతో, ఒక లేడీ ఎస్.ఐ. వచ్చింది. ఆవిడకు చాలా స్ట్రిక్ట్ ఆఫీసర్ అనే పేరుంది.

ఆవిడ పేరు రుద్రమ. పేరుకు తగ్గట్టు రౌద్రంగా ఉండేది. ఆ క్వార్టర్స్ లో ఆడవారికి ఏ కష్టం వచ్చినా ఆవిడ వాలిపోయేది. అయితే ఆవిడ కోపాన్ని విరివిగా వాడుతుంది. అసలు నవ్వదు. ఎన్ని కామెడీ పంచ్‌లు బాంబుల్లా పేలినా, తమ జోకులు బాకుల్లా దిగినా ఆమె నవ్వదు. అలా నవ్వకపోవడానికి ఒక బలమైన కారణం ఉంది. చిన్నప్పుడు అతిగా నవ్వేదట. ఊళ్ళో కుర్రాళ్ళంతా వెంటపడేవారు. ఆవిడ తండ్రిగారు 'నవ్వు పొదుపుగా వాడుకోవాలమ్మా' అంటూ కోప్పడ్డంతో, అప్పటి నుండి నవ్వడం మానేసింది. ఆ తర్వాత పోలీస్ ఇన్‌స్పెక్టర్ ఉద్యోగం రావడంతో ఆమె ముఖం మరింత సీరియస్‌గా అయిపోయింది. ఆమెను పెళ్ళి చేసుకునేందుకు ఏ అబ్బాయీ ముందుకు రావడం లేదు. అదే ప్రస్తుతం ఆమె తల్లిగారికి, తండ్రిగారికి బెంగ.

అంతకుముందు రుద్రమ స్థానంలో ఎస్.ఐ.గా అనుపమ ఉండేది. ఆవిడ ఛార్జ్ తీసుకున్న కొన్ని రోజుల తర్వాత ఓ ఆదివారం సాయంత్రం ఆ పోలీస్ క్వార్టర్స్ ఆడవాళ్ళు, సరదాగా అదివారం గడిపే కమ్యూనిటీ హాల్‌ని విజిట్ చేసింది. పోలీస్

క్వార్టర్స్ మహిళలంతా నెలకోసారి ఆ కమ్యూనిటీ హాల్లో కిట్టీ పార్టీ చేసుకుంటారు. హౌసీలాంటి ఆటలాడతారు. ఆ హడావుడిలో మహిళలంతా ఉన్న సమయంలో అనుపమ ఆ సమూహంలోకి ప్రవేశించింది. ఆనందోత్సాహాలతో ఆడుకుంటున్న ఆ మహిళలతో

"మీరు ఈ కాలంలో కూడా, పాత చింతకాయ పచ్చడి ఆటలే ఆడుతున్నారు. కిట్టీ పార్టీలు, తంబోలా ఆటల దగ్గరే ఉండిపోయారు. మీ ఆరోగ్యం కోసం యోగా, ప్రాణాయామం లాంటివి చేయాలి. అలాంటిదే నేను చెప్పబోయే కొత్త రకం యోగా" అంది అనుపమ.

వెంటనే ఆడవాళ్ళంతా అటెన్షన్‌లోకి వచ్చేశారు. కొందరు ఆడవాళ్లు లేచి,

"అవునమ్మా... ఇక్కడున్న మా అందరికీ బి.పి. లు, నడుం నొప్పులు. మందులు వేసుకుంటే తగ్గుతున్నాయి. ఆ తరువాత మళ్ళీ మామూలే. మీరే ఆ యోగా ఏదో చెప్పి పుణ్యం కట్టుకోండి" అన్నారు.

వెంటనే అనుపమ "ఏడిస్తే హ్యాపీ, ఏడవకపోతే బి.పి. ఇదే మన కొత్త యోగా" అంది.

ఆ మాటలకు అందరూ నోరెళ్ళబెట్టారు.

ఆమె మళ్ళీ చెప్పడం మొదలెట్టింది. పెద్దవాళ్ళ కంటే చిన్నపిల్లలే ఆరోగ్యంగా, ఆనందంగా ఉంటారు. కారణం పిల్లలు... బాగా ఏడుస్తారు. భావోద్వేగాలు దాచుకోరు. బిడ్డ తల్లి గర్భం నుండి బయటపడగానే ఏడిస్తేనే ఆ బిడ్డ ఆరోగ్యంగా ఉన్నట్టు. దీని ప్రకారం జపాన్‌లో 'క్రైయింగ్ క్లబ్' ఏర్పాటు చేశారు" అని ఆమె చెప్పగానే ఆ హాలులో అంతా నవ్వులు వినిపించాయి.

"నవ్వండి, నవ్వడం ఒక భోగం, నవ్వించడం ఒక యోగం, నవ్వకపోవడం ఒక రోగం అనుకునే రోజులు పోయాయి. ఇప్పుడు ఈ 'క్రైయింగ్ క్లబ్బు'ల ద్వారా ఏడవడమే భోగం. ఏడిపించడం యోగం, ఏడవకపోతే రోగం. మనలో ఉన్న దుఃఖం

కన్నీళ్ళుగా బయటకొస్తేనే అసలైన ఆనందం. బాగా ఏడిస్తే, దేహంలోని విష పదార్థాలు బయటకొచ్చేస్తాయి. దాంతో మనసు, శరీరం తేలికయిపోతాయి. అందుకే టియర్స్‌కి, చీర్స్ చెబుతూ మన కమ్యూనిటీ హాల్లో 'క్రైయింగ్ క్లబ్' ప్రారంభిస్తున్నాను. ఏడుపు అనేది ఏడు విధాల మేలు. ఇప్పుడు లాఫింగ్ ఔట్ లౌడ్లీ కాదు, క్రైయింగ్ ఔట్ లౌడ్లీ. ఎలాగూ మీరు నెలకోసారి సమావేశమవుతారు. ఆ సమయంలో తనివితీరా ఏడవండి. ఆరోగ్యవంతులు కండి. ఇంటిదగ్గరా ప్రాక్టీస్ చేసుకోండి. ట్యాప్ తిప్పగానే వేగంగా నీరు వచ్చినట్టు కన్నీళ్ళు వరదలా రావడం ఎంతసేపు? నీటి సమస్య ఉన్నా, అనావృష్టి అయినా, పెల్లుబికి వచ్చేది కన్నీరే.'' అంది అనుపమ.

ఇదేదో బాగున్నట్టుంది అనుకున్నారు. పైగా ఏడవడం అనేది తమకు వెన్నతో పెట్టిన విద్య.

ఆ విధంగా అనుమప 'క్రైయింగ్ క్లబ్' కాన్సెప్ట్ చెప్పి బదిలీ అయిపోయింది.

అయితే ప్రస్తుతం కథలోకి వస్తే... ఇప్పటి ఎస్సై రుద్రమ డ్యూటీ నుండి తిరిగొస్తుంటే ఒక క్వార్టర్స్ లోంచి ఒక ఇల్లాలి ఏడుపు చిన్నగా వినిపించింది. ఆమె ఆ ఇంట్లోకి నడిచింది. తాగివున్న భర్త మంచం మీద దొర్లుతున్నాడు. ఆ సమయంలో అతను డ్యూటీలో

ఉండాలి. వెంటనే రుద్రమ రౌద్రరూపం దాల్చింది. అంబులెన్స్‌ను పిలిచింది. ఆ తాగుబోతు పోలీస్‌ని ఆస్పత్రికి పంపించి రక్తపరీక్ష చేయించింది. డ్యూటీ సమయంలో త్రాగడం నేరం అంటూ సస్పెండ్ చేయించింది.

ఆ క్వార్టర్స్ లో పోలీసు భర్తల గుండెల్లో రైళ్ళు పరుగెత్తాయి. ఇలా ఇళ్ళల్లోంచి ఇల్లాళ్ళ ఏడుపులు వినిపించగానే భర్తల మీద చర్యలు తీసుకోవడం మొదలెట్టింది రుద్రమ.

***

తన క్వార్టర్స్ కి భోజనానికి వచ్చిన రుద్రమకు ఒకరోజు పరాంకుశం ఇంట్లోంచి ఏడుపులు లీలగా విన్పించాయి. ఆమె లోపలికి వెళ్ళి చూసింది. సంగీతలక్ష్మి ఏడుస్తోంది. పిల్లలు బిక్కుబిక్కుమంటూ చూస్తున్నారు.

"ఏంటమ్మా, ఎందుకు ఏడుస్తున్నావు?" అంది రుద్రమ సంగీతలక్ష్మి భుజంమీద చేయివేసి.

ఆ మాటలకు సంగీతలక్ష్మి గుక్కపెట్టి మరీ ఏడ్చింది. ఏమీ మాట్లాడలేదు. అప్పుడే వచ్చిన పక్కింటావిడ పూసగుచ్చినట్టు జరిగిన విషయం చెప్పింది. రుద్రమ ఆశ్చర్యపోయింది. 'పరాంకుశం ఇంట్లో రామయ్య, వీధిలో కృష్ణయ్య'.

చెవిలో పువ్వు, చేతిలో ప్రసాదంతో కనిపించే పరాంకుశం భాగోతం పక్కింటావిడ రుద్రమ ముందు బయటపెట్టేసింది.

అతను గుళ్ళోకి వెళ్ళి పారాయణం చేయడం లేదు. తన పోలీస్ మిత్రులతో చతుర్ముఖ పారాయణం చేస్తున్నాడు. రోజూ గుళ్ళోకి వెళ్ళి, తీర్థం పుచ్చుకోవడం కాదు. పోలీస్ మిత్రుల ఇంట్లోనే బార్ నుండి తెప్పించుకున్న తీర్థం పుచ్చుకుంటున్నాడు. ఇలా చాలా నెలలుగా జరుగుతోంది. ఇంటికి లేటుగా రావడం, జీతం సరిగా ఇవ్వకపోవడం, ఊరినిండా అప్పులు. వీటివల్ల సంగీతలక్ష్మి భర్త నిజస్వరూపం అర్థమైపోయింది. అంతకుముందు రాత్రినుంచి రాని, భర్త కోసం ఆమె అలా ఇంట్లో ఏడుస్తూ కూర్చుంది అనుకుంది రుద్రమ.

ఆ మాటలకు రుద్రమ సంగీతలక్ష్మిని ఓదార్చింది. "కంగారుపడకు. నీ భర్తను దారిలో పెడతాను" అంది.

వెంటనే రుద్రమ పరాంకుశం గురించి ఎంక్వైరీ చేసింది. పరాంకుశం డ్యూటీకి గైరుహాజరు. ఒక రహస్య స్థావరంలో తన మిత్రులతో సురాపానం సేవిస్తూ, చతుర్ముఖ పారాయణంలో ఉన్నాడు.

అతని పోలీస్ మిత్రులే ఆమె చెవిలో ఈ వార్త వేశారు. వెంటనే రుద్రమ తన వాహనం తీసింది.

అలా పరాంకుశాన్ని రెడ్ హేండెడ్‌గా పట్టుకుంది. అతన్ని దారిలో పెట్టింది. ఆ సమయంలో రుద్రమ ఆ పోలీసులు ఉన్న స్థావరానికి వెళ్ళేసరికి అందరి చేతుల్లోనూ పేక ముక్కలున్నాయి. అలాగే వారి పక్కనే మత్తెక్కించే ద్రవంతో నిండిన గ్లాసులు. వారు తనను చూడకుండా దూరం నుంచి వారిని గమనిస్తోంది రుద్రమ.

''పేకాట మంచిది కాదు. ఈ రోజు డబ్బులు వస్తాయి, రేపు పోతాయి'' అన్నాడు పరాంకుశం ముక్కలు కలుపుతూ.

''అర్థమైంది'' అన్నాడు ఇంకో పోలీసు.

''ఏమర్థమైంది?'' అన్నాడు పరాంకుశం.

''పేకాట రోజు విడిచి రోజు ఆడాలి!'' అన్నాడు పరాంకుశం సహచరుడు.

వెంటనే రుద్రమ రంగంలోకి దిగింది. ''మీ ఆటకట్టు... పేకప్'' అంది.

ఒక వారం తర్వాత..

రాత్రిపూట డ్యూటీ నుంచి ఇంటికి వస్తున్న రుద్రమకు పరాంకుశం ఇంట్లోంచి ఏడుపు వినిపించింది. గబగబా లోపలకు వెళ్ళింది.

''చెప్పమ్మా... ఏం జరిగింది? మీ ఆయన ఇంకా మారలేదా?'' అంది.

ఆ మాటలకు సంగీతలక్ష్మి ''చూడండి.. నేనేం చేస్తున్నాను'' అంది.

''ఏడుస్తున్నావు'' అంది రుద్రమ.

''కాదు పాడుతున్నాను'' అంటూ సంగీతలక్ష్మి తన ఎదురుగా ఉన్న హార్మోనియంను చూపించింది.

''లేదు నువ్వు ఏడుస్తున్నావు'' రెట్టించింది రుద్రమ.

''లేదు మేడం.. మొన్న మీరు నేను ఏడుస్తున్నానని అపార్థం చేసుకున్నారు. ఏమైతేనేం.. మా ఆయన రోగం కుదిర్చారు. ఆరోజు నేను ఏడవలేదు. నాలో నేను

పాడుకుంటున్నాను. నేను ఏడుస్తున్నానని అనుకున్నారు. రాగంతో రోగాలు కుదిర్చే ప్రయత్నంలో పాడుకుంటుంటే.. నా రాగం మీకు ఆరున్నొకటో రాగంలా అర్థమైంది. ఇంకో ముఖ్య విషయం మన క్వార్టర్స్‌లో ఆడవాళ్ళంతా తమ భర్తలు ఏడిపిస్తున్నారు అని కూడా మీరు అపార్థం చేసుకున్నారు. వాస్తవానికి వారు తమ భర్తలు పెట్టే బాధలకు అలవాటు పడిపోయి ఎడ్జస్ట్ అయిపోయారు. అయితే మీరు క్వార్టర్స్ లో ఏడుస్తున్న మహిళల భర్తల మీద చర్యలు తీసుకున్నారు. అదీ మంచిదే అయింది. నిజంగా వాళ్ళు ఏడవడం లేదు. ఇంతకుముందు ఎస్సై గారు ఏర్పరచిన 'క్రైయింగ్ క్లబ్' ద్వారా ఏడవడం ప్రాక్టీస్ చేస్తున్నారు. అది ఒక రకమైన యోగా.'' అంటూ ఆమె మళ్ళీ భోరుమని ఏడ్చింది.

ఆ మాటలకు రుద్రమ పకపకా నవ్వింది. ఆరున్నొకటో రాగం అంటే ఏడుపు.

రాగాల ద్వారా రోగం కుదురుద్దామని సంగీత శిక్షణ చేస్తున్న సంగీత లక్ష్మి, తన భర్త రోగం, తన రాగంతో కుదిర్చింది. ఆమె పాడిన రాగాన్ని తను ఆరున్నొకటో రాగంగా అపార్థం చేసుకుంది. అలాగే క్వార్టర్స్ లో ఆడవాళ్ళు క్రైయింగ్ క్లబ్ కాన్సెప్ట్‌తో ఏడవడం ప్రాక్టీస్ చేస్తుంటే, తను ఇంకోలా అర్థం చేసుకుంది. ఆ విషయం పదేపదే గుర్తుచేసుకున్న రుద్రమలో, తను మర్చిపోయిన నవ్వు మళ్ళీ పువ్వులా వికసించింది.

అలా ఆమె నవ్వుతూ ఇంట్లోంచి బయటకు వచ్చింది.

అలా ఆరున్నొకటో రాగం ద్వారా రుద్రమ లోని సీరియస్ రోగం కూడా కుదిరిపోయింది. ఆమె తండ్రిగారి అభీష్టం నెరవేరింది. ఆమె పెళ్ళికి ముహూర్తం ఖరారైంది.

పెళ్లి రోజు సంబడం

వి.శారద

"ఏవండోయ్! ఈ సంవత్సరం మన పెళ్లి రోజు గ్రాండ్ గా సెలబ్రేట్ చేసుకోవాలి"అంది కామాక్షి.

"గ్రాండ్ గానా ఎందుకు? అసలు నిన్ను పెళ్లి చేసుకున్న రోజే నా జీవితంలో బ్లాక్ డే, మళ్లీ గ్రాండ్ గా కూడానా!"అనాలని అనుకున్నాడు. కానీ అనలేదు. ఎందుకంటే కామాక్షి నోరు కి ఎదురు వెళ్లడం ఎవరికి సాధ్యం కాదు. పాపం సుబ్బారావు దానికి మినహాయింపు కాదు.

సుబ్బారావు కొంచెం పొదుపరి. కానీ కామాక్షి దృష్టిలో పిసినారి. ఇప్పుడు గ్రాండ్ గా అంటే నా పర్స్ కి ఎసరు పెట్టేటట్టుంది అని మనసులో అనుకుని,

"సరే ఎక్కడికి వెళ్దాం అంటావ్!"

"అదీ! ఇప్పుడు దార్లో కి వచ్చారు. ఇందాకటి నుంచి'ఈ శషబిషలేవిటి? ఊ అంటానికి ఇంతసేపా!"

"అది కాదు కాము! నెలాఖరు కదా అని!"అన్నాడు సంజాయిషీ గా.

"ప్రతి సంవత్సరం మన పెళ్లిరోజు నెలాఖరుకే వస్తుంది. అందుకని మ్యారేజ్ డే చేసుకోవడం మానేస్తావా"గయ్ మని లేచింది. అంతటితో ఊరుకుందా"మీ ఇళ్లలో ఒక అచ్చటా లేదు, ముచ్చటా లేదు. ఎప్పుడు తిండం, పడుకోడం"అంటూ మొదలు పెట్టేసింది.

దాంతో మాస్టారు చేత దెబ్బలు తిన్న పిల్లాడిలా గజగజ వణికిపోయాడు. ఎందుకంటే ఇప్పుడు మొదలెట్టిందంటే అటు ఏడు తరాలు ఇటు ఏడు తరాల్ని తిట్టి పోస్తుంది.

"అమ్మో! ఈ తిట్లన్ని పైనున్న బామ్మ వింటే చంపేస్తుంది, మీ ఆవిడ చేత తిట్టిస్తున్నావా అని"ఇంకేమైనా ఉందా! పర్స్ సంగతి పక్కన పెట్టి'ఊ'అంటే పోలా!"అనుకుని"సరే కాము! నువ్వు ఎలా అంటే అలా సరేనా"అన్నాడు భద్రకాళిలా ఉన్న కామాక్షిని శాంతపరుస్తూ.

"మీరు ముందే ఊ అంటే పితృదేవతల్ని తలవవలసిన పని ఉండేది కాదు కదా!

ఇప్పుడు చెబుతున్నాను వినండి. మన పక్కింటి జలజ లేదూ! దానికి బడాయి ఎక్కువైంది. దాని తోక కత్తిరించాలి. అందరితో వాళ్ల మ్యారేజ్ డే కి పట్నం వెళ్లి అక్కడ ఎంజాయ్ చేశానని చెబుతోంది. ఊరికే వెళ్లిందా ఓషన్ పార్క్ కి వెళ్లిందట. అక్కడ వాటర్ రైడ్ చేసింది. నాకు వినిపించేలా పక్క వాళ్ళతో చెబుతోంది. ఏం మనం మాత్రం ఏం తీసి పోయామ్? మనం వెళదాం. దానికంటే ఎక్కువ ఎంజాయ్ చేద్దాం"అంది అక్కసుగా.

వెంటనే సుబ్బారావు మనసులో లెక్కలు కట్టేసుకున్నాడు. ఎంత లేదన్నా 3000 తక్కువ అవ్వదు."ఎంకి పెళ్లి సుబ్బి చావు కొచ్చిందని"జలజ పెళ్లి రోజు నా జేబు చిల్లుకొచ్చిందన్నమాట అనుకున్నాడు సుబ్బారావు.

****

ఇంక ఆ రోజు నుంచి మొదలు కామాక్షి బడాయి. కనిపించిన వాళ్ళ అందరితో చెప్పడం మొదలెట్టింది.

తిండి ఖర్చు కలిసి వస్తుందని సుబ్బారావు ఒక పథకం వేశాడు."కాము! శుభమా అంటూ గుడికి వెళ్లి బయట తినడం ఏమిటి? ఇంత పులిహోర, పెరుగన్నం చెయ్యి, హాయిగా బాక్సులు తీసుకుపోదాం"అన్నాడు.

దాంతో గయ్ మని లేచింది."పెళ్లికెలుతూ పిల్లిని చంకనెత్తుకున్నట్టు, పులిహోరలు, దద్దోజనాలు కాదు. హాయిగా బయట తిందాం"అంటూ సుబ్బారావుని

నోరు మూయించింది. లేకపోతే పితృదేవతల్ని తలుస్తుందేమోనని భయపడి ఊరుకున్నాడు.

చుట్టుపక్కల వాళ్లతో ఇప్పటినుంచి చెప్పడం మొదలెట్టింది.

ఆరోజు రానే వచ్చింది. పొద్దుటే బయలుదేరుతున్నారు. ఇంతలో కామాక్షి "ఉండండి అందరికీ చెప్పేసి వస్తా, మనం పట్నం వెళ్తున్నట్టు" అంటూ ఇరుగుపొరుగు వాళ్లకి చెప్పింది అతిశయంగా. కామాక్షి బడాయి చూసి అందరూ బుగ్గలు నొక్కుకున్నారు.

కామాక్షి, సుబ్బారావు పొద్దుటే బస్సుకి బయలుదేరారు. చక్రం కింద చీమలు నలిగిపోతాయన్నట్టుగా నడిపాడు డ్రైవర్. ఉదయం ఎండ తారెత్తిస్తోంది. అప్పుడే వేడి సెగలు మొదలయ్యాయి.

ఎండకి తాళ లేని కామాక్షి ఉసూరుమంటోంది.10 గంటలకి పట్టణంలో దిగి, ఆటో కట్టించుకుని అమ్మ వారి గుడికి వెళ్లి దర్శనం చేసుకుని, పులిహోర పొట్లాలు కొనుక్కుని, బ్రేవ్ మని తేల్చారు.

ఇక మొదలైంది. ఎక్కడికి వెళ్లాలి అని. సుబ్బారావు సినిమా అంటే, కామాక్షి ఓషన్ పార్క్ అంటుంది. "ఇదిగో మిమ్మల్నే! సినిమా వద్దు, గినిమా వద్దు. ఆ జలజ ఓషన్ పార్క్ కి వెళ్లి ఎంజాయ్ చేసిందిట. మనము అక్కడికి వెళ్దాం".

కలెక్టర్ గారి ఆర్డర్ కి బిళ్ళ బంట్రోతు అయినా క్షణం ఆలోచిస్తాడేమో కానీ, సుబ్బారావు మాత్రం కామాక్షి నోటి నుంచి మాట రావడం పాపం వెంటనే అమలు చేస్తాడు.

ఆటో కట్టించుకుని ఓషన్ పార్క్ కి వెళ్లారు. ఎంట్రీ టిక్కెట్ తీసుకుని లోపలికి వెళ్లారు. లోపల కామాక్షి ఊహించుకున్నంత రేంజ్ లో ఏమీ లేదు. అదే రాత్రి అయితే, లైటింగ్ తో వాటర్ ఫౌంటైన్, మ్యూజిక్ ఫౌంటెన్ ఉండేవి.

అక్కడక్కడ పని వాళ్లు తప్ప పెద్దగా ఎవరూ లేరు. కాలం కానీ కాలంలో వచ్చిన వడగళ్ల వానని చూసినట్టుగా చిత్రంగా చూశారు.

ఇద్దరూ అంతా కలియతిరిగారు. అక్కడ రకరకాల ఆటలకి ధరల పట్టిక ఉంది. వాటిని చూసి మిట్ట మధ్యాహ్నం ఎండకి సొమ్మసిల్లి పడిపోయిన వాళ్ళలా స్పృహ తప్పినంత పని అయింది. కానీ కామాక్షి మాత్రం వెనుకంజ వేయలేదు.

వాటర్ రైడ్ కి టిక్కెట్లు అడిగింది కామాక్షి."ఇప్పుడా! ఈ టైంలో నా!"అన్నాడు మేనేజర్.

సుబ్బారావు ఏదో మాట్లాడబోతుంటే"కామాక్షి గొప్పగా"ఆ.. ఇప్పుడే . డ్రెస్ ఇవ్వండి. వేసుకుంటాం"అంటూ మేనేజర్ చేతిలో టిక్కెట్ల కి డబ్బులు పెట్టింది.

గదిలోకి వెళ్లి డ్రెస్ మార్చుకుని వచ్చి వాటర్ ట్రైన్ సీట్లలో కూర్చుని బెల్ట్ పెట్టుకున్నారు.

పని కుర్రాడు స్విచ్ ఆన్ చేశాడు. ట్రైన్ కదలడం మొదలెట్టింది. ముందు చల్లటి నీటితో ఎంతో ఆహ్లాదంగా ఉంది. కామాక్షి ఎంజాయ్ చేస్తూ భర్త వంక'చూశారా'అన్నట్టుగా గొప్పగా చూసింది. నెమ్మది నెమ్మదిగా నీళ్లు వేడెక్కడం మొదలైంది.

గోరువెచ్చటి నుంచి భరించలేని వేడితో నీళ్లు రావడం మొదలయ్యాయి. వేడి తట్టుకోలేక"ఆపండి ఆపండి"అంటూ అరవడం మొదలెట్టారు ఇద్దరూ.

ఇంతలో కుర్రాడు వచ్చి స్విచ్ ఆఫ్ చేశాడు."ముందు చల్లగా ఉన్న నీళ్లు, తర్వాత వేడెక్కి పోయాయి ఏంటి?"అన్నాడు సుబ్బారావు మేనేజర్ తో. వేసవికాలం మిట్టమధ్యాహ్నం నీళ్లు వేడెక్కిపోతాయి సార్. అంతకి మేము అడిగాం ఈ టైం లో నా అని, కానీ మేడంగారే టిక్కెట్లు ఇవ్వమన్నారు"అన్నాడు మేనేజర్ సంజాయిషీగా.

కామాక్షి తెల్లటి శరీరం ఎర్రగా కందిపోయింది. కామాక్షికి చల్లటి నీళ్లు తాగించి కూర్చోబెట్టారు."చావు తప్పి కన్నులొట్ట పోయినట్టయింది కామాక్షి పరిస్థితి". అక్కడ ఉండడం ఇష్టం లేక బతుకు జీవుడా అని ఇంటిదారి పట్టారు.

కొసమెరుపు ఏమిటంటే జలజ పెళ్లి రోజు డిసెంబర్ 20. శీతాకాలం కాబట్టి చల్లగా ఉండి బాగా ఎంజాయ్ చేశారు. కామాక్షి అది తెలుసుకోకుండా మే నెల రోహిణి కార్తెలో వెళితే ఏమవుతుంది? ఇంకెప్పుడు వంతులకి పోకూడదని బుద్ధి తెచ్చుకుంది.

ఒక విషయం అర్థమైంది. తన చిన్న కోరిక కాలం కాని కాలంలో అడిగితే ఎంత తప్పిదం అయిందో తెలుసుకుంది.

బస్ టిక్కెట్లు, ఎంట్రీ టిక్కెట్లు, వాటర్ రైడ్ టిక్కెట్లు వెరసి అన్ని కలిపి 4000 వరకు అయ్యాయి. సుబ్బారావు మనసులో అనుకున్నాడు సంతోషం లేదు గాని, జేబుకి చిల్లు పడిందని.

వర్క్ (లెస్) హాలిక్

ప్రతాప వెంకట సుబ్బారాయుడు

'సమాజంలో పని చేస్తేనే మనిషికి విలువుంటుంది. ఒక్కోసారి పని లేకపోయినా చేస్తున్నట్టు నటించడంలో తప్పులేదు...' ఇది మంచాన ఉన్న తండ్రి ఊపిరి వదిలే ముందు కొడుకు భౌతేష్ ని దగ్గరకు పిలిచి చేసిన హిత బోధ!

అప్పట్నుంచి 'చెయ్యాలేకాని, మనిషికి పని లేకపోవడమంటూ ఉండదు.'ఈ పని మాత్రమే నాది, నేనింతవరకే చేస్తాను' అనుకుంటే మాత్రం పని ఉండదు. అందుకే చాలామంది గోళ్లు గిల్లుకుంటూ కూర్చుంటారు. అసలు పనికి ఎల్లలు ఉండవు. చేసుకుంటూ పోవడమే!' ఇది ఆఫీసులోనూ, ఇంటి దగ్గరా తన సమీపస్తులకు భౌతేష్ చెప్పే సుభాషితం.

భౌతేష్ ఎప్పుడు బిజీగానే ఉంటాడు. అలానే అందరికీ కనిపిస్తాడు. అందుకే ఆఫీసులోనూ, ఇంటి చుట్టుపక్కలా బిజీమ్యాన్ అన్న నిక్ నేమ్ తో అతణ్ని పిలుస్తుంటారు.

ఒకరోజు ఇంట్లో కంప్యూటర్ దగ్గర కూర్చుని సీరియస్ గా పని చేసుకుంటున్నాడు (నిజానికి అప్పుడు పని లేకపోయినా చేస్తున్నట్టు నటిస్తున్నాడు).

భార్య అది చూసి కొడుకును పిలిచి 'నాన్న చూశావుగా ఎంత బిజీగా పని చేసుకుంటున్నాడో, నువ్వు మెడికల్ షాపుకు వెళ్ళి ఈ మందులు తీసుకురా" అని ప్రిస్క్రిప్షన్ చేతిలో పెట్టి చెప్పింది .

వాడు వెళ్లి పది నిముషాల్లో మందులు తెచ్చాడు. అప్పటికి పని పూర్తయినట్టుగా ఫోజు కొట్టి, భార్య ఇచ్చిన కాఫీ తాగుతూ కొడుకుని పిలిచి "ఏంట్రా అవి" అడిగాడు.

"మందులు, అమ్మ తెమ్మంది" అని బిల్లు చేతిలో పెట్టాడు.

"అదేంటి అస్సలు డిస్కౌంట్ ఇవ్వలేదు? అయినా మందులేవైనా తెచ్చేదుంటే నేను తెస్తానని చెప్పానుగా, మా ఆఫీసు దగ్గర హోల్ సేల్ మందుల దుకాణం ఉంది, దాదాపు నలభై శాతం దాకా డిస్కౌంట్ వస్తుంది. కొంపలు మునిగిపోతున్నట్టు వాడి చేత తెప్పించావు, అయిదొందలు బొక్క" కస్సుమన్నాడు.

"మీరేమో పనిలో మునిగిపోయారాయే, నిన్న డాక్టరు దగ్గరకు వెళ్లిన అత్తగారికి ఈ మందులు ఇవాళ పొద్దుట్నుంచి మొదలెట్టమని చెప్పాడట, మర్చిపోయి మనిద్దరం ఆఫీసులకెళ్ళిపోతే ఆవిడకు ఇబ్బందవుతుందని తెప్పించాను" అంది అల్పవి.

"వీడైనా బిల్లేసే ముందు డిస్కౌంట్ విషయం అడగొద్దూ, ఏ షాపులో అయినా కనీసం 10 శాతం డిస్కౌంట్ ఇస్తారు. అస్సలు డిస్కౌంట్ ఇవ్వని షాపు వీడి కోసమే తెరచినట్టున్నారు"

"పాపం చంటి వెధవ డిస్కౌంట్ల విషయం వాడికేం తెలుస్తుంది? బయటకెళ్ళి తెచ్చాడు అదే పది వేలు" అని పిల్లాణ్ని లోపలికి తీసుకుపోయింది.

భౌతేష్ చేసేదేం లేక మనసులో బావురుమన్నాడు.

***

ఆఫీసులో తనపని చకచక చేసేసుకుని పక్కవాళ్లకు పనిలో ఏమన్నా హెల్ప్ చేయాల్సి వస్తుందని, కొన్ని ఫైల్స్ ముందేసుకుని సీరియస్ గా చూస్తూ, కాలిక్యూలేటర్ లో లెక్కలేస్తూ కూర్చుంటాడు.

ఆఫీసు లోపలికి వస్తున్నప్పుడు బయటకి వెళుతున్నప్పుడు "భౌతేష్ గొప్ప పనిమంతుడు, మన సంస్థకి గొప్ప అస్సెట్" అని కితాబు పాస్ చేస్తుంటాడు బాస్. అది భౌతేష్ ఛాతీ ఉప్పొంగే గర్వానికి కారణమయితే, తమను అగ్నిగుండంలోకి తోసినట్టుగా ఫీలవుతారు సాటి పోటీ ఉద్యోగులు.

ఒకరోజు ఆఫీసు స్టాఫ్ లో నలుగురైదుగురు కలసి లంచ్ టైం లో... త్వరగా భోంచేసి కంప్యూటర్ లో వర్క్ చేసుకుంటూన్న భౌతేష్ దగ్గరకు వచ్చి-

"భౌతూ, నాల్రోజుల క్రితం మన ఆఫీసులో పనిచేసే నన్నారావు పెళ్ళయిందిగా..."

"అవునా? మరి నన్ను పిలవలేదే"

"నిజం చెప్పు గురూ, ఎప్పుడు పనిలో తలమునకలయ్యే నీకు మనాఫీసులో పని చేసే నన్నారావు ఒకడున్నాడని తెలుసా? పెళ్ళికి పిలిస్తే ఆఫీసు ఎగ్గొట్టి పెళ్ళికి మాతో వస్తావా? రావు కదా, అందుకే అతడు నిన్ను పిలవ లేదు"

"ఆహా! మరిప్పుడు ఆ విషయం నాకెందుకు చెబుతున్నారు?" మిడత మొహం పెట్టుకుని అడిగాడు.

"అందుకే గిఫ్ట్ కొనడానికి కంట్రిబ్యూషన్ కూడా నిన్ను అడక్కూడదు అనుకున్నాం. కాని ఎంతైనా నువ్వూ మాలో ఒకడివి, అందుకని.."

"పెళ్ళికి పిలవక పోయినా ఫర్వాలేదు, నా పని నన్ను చేసుకోనిచ్చారు అది చాలు. ఆ రోజు ఆఫీసులో మీరందరూ పర్మీషన్ తీసుకుని పెళ్ళికి వెళితే బాస్ నా దగ్గరకి వచ్చి ఏమన్నాడో తెలుసా? 'వీళ్ళందరికీ ఆఫీసుకన్నా పర్సనల్ పనులు, సోషల్ గ్యాదరింగ్స్ అంటే ఇష్టం. అవకాశం దొరికితే బయటకి వెళ్ళిపోవడమే! ఈసారి నీకు ప్రమోషన్ తో పాటు మంచి ఇంక్రిమెంట్ రికమెండ్ చేస్తా' అని.

"ఓహో అలాగా, నన్నారావు కోరిన గిఫ్ట్ కొనడానికి ఐదు వేలు తక్కువవుతోంది. నిన్ను ఎలా అడగాలా అని ఆలోచిస్తూ వచ్చాం, నీకెలాగూ ప్రమోషన్, ఇంక్రిమెంట్ వస్తోంది కాబట్టి నీకీ అమౌంట్ జుజుబీ" అని ఐదు వేలు బలవంతంగా తీసుకుపోయారు.

'అనవసరంగా ఎప్పుడో వచ్చే ప్రమోషన్, ఇంక్రిమెంట్ విషయం వాళ్ళకి చెప్పి పర్సుకు చిల్లు పెట్టించుకున్నాను' అని వాపోతూ కంప్యూటర్ లో తలదూర్చాడు.

***

"ఏవండి, అలా మార్కెట్ కి వెళ్ళి కూరలు తీసుకొస్తారా?" అడిగింది అల్పవి.

"చూస్తున్నావుగా ఆఫీసు పనితో ఎలా కుస్తీ పడుతున్నానో, నువ్వెళ్లి తెచ్చుకో అల్పూ"అన్నాడు.

"ఇంటికొచ్చి కూడా ఆఫీసు పనేంటండి? ఆఫీసులో కూర్చుని ఎప్పుడన్నా ఇంటిపని చేశారా?"

"ఆఫీసులో ఇంటిపనా? నా గురించి అసలు నువ్వేమనుకుంటున్నావు. అక్కడి పని అవకే కదా ఇక్కడికి తెచ్చుకుని చేస్తున్నాను. అలా చేస్తున్నందుకే కదా మా బాస్ నన్ను మెచ్చుకునేది. ఈసారి ప్రమోషన్ తో పాటు మంచి ఇంక్రిమెంట్ ఇస్తానన్నాడు. మా ఆఫీసులో వాళ్లకి నన్ను చూస్తే ఎంత కుళ్లో తెలుసా? సరే, సరే వెళ్ళి నీ పని నువ్వు చూసుకో నా పని నేను చేసుకుంటా?" అంటూ అవసరం లేని ఫైలు ముందు పెట్టుకుని చూస్తున్నట్టు నటించాడు.

చేత్తో చిన్నగా నుదుటి మీద కొట్టుకుని సంచీ తీసుకుని బయటకు అడుగు పెట్టింది అల్పవి.

అలా వెళ్లి ఇలా వచ్చిన భార్యతో "అరె! మార్కెట్ కి వెళ్లి అప్పుడే ఎలా వచ్చేశావు, కాళ్లకు ఎగిరే పసరుగానీ రాసుకున్నావా?" జోకాడు.

"అబ్బ, మార్కెట్ కి అంత దూరం ఎవరు వెళతారండి? పైగా వచ్చేప్పుడు బోలెడు బరువుండే కూరగాయల సంచీ మోసుకురావాలి. అందుకే మన వీధి చివరి కొట్లోంచి తెచ్చేశాను"అంది.

"అయ్యో! మార్కెట్ కి వెళ్లలేనని ఇందాక చెప్పుంటే నేను స్కూటర్ మీద వెళ్లి తెచ్చేవాణ్నిగా, ఓ రెండు మూడొందలు మిగిలేవి" భౌతేష్ లోని మధ్యతరగతి మగానుభావుడు ఈసురోమంటున్నాడు.

"నా తప్పు లేకుండా మిమ్మల్ని అడిగాను, మీరేమో ఆఫీసు పనిలో నిమగ్నమయ్యారు. మరి వండుకు తినడానికి కూరలు కావాలికదా?"

లేని పని ఉన్నట్టుగా యాక్షన్ చేసినందుకు మళ్ళీ మాడు పగిలింది. తేలుకుట్టిన దొంగలా మళ్ళీ ఫైల్లో తల దూర్చాడు.

***

పనిని ఆషామాషీగా చేసే ఆశకి ప్రమోషన్, పని తక్కువ మాటలెక్కువ మోసే పరాత్పరానికి ఇంక్రిమెంట్ అనౌన్స్ చేశాడు బాస్. పైగా " మనాఫీసులో భౌతేష్ ఎలా పని చేస్తాడో మీకందరికీ తెలుసు. అతన్ని చూసే వీళ్లిద్దరూ స్ఫూర్తినొందారు, కొంత ఇంప్రూవ్ అయ్యారు. వాళ్లని ప్రోత్సహించడానికే ప్రమోషన్ ఇంక్రిమెంట్లు ఇచ్చాను. ఇకపోతే భౌతేష్ లాంటివాళ్లు సంస్థలిచ్చే వాటికోసం ఆశ పడరు తమ పని తాము చేసుకుపోతుంటారు. మేనేజిమెంట్ అతనిలో అదే గుర్తించింది. ఆ గుర్తింపుని సర్టిఫికెట్ గా అతనికి ఇస్తున్నాను. ఈ సర్టిఫికెట్ ఇంతవరకు ఎవరూ తీసుకోలేదు. రియల్లీ హీ ఈజ్ ఎ వర్క్ హాలిక్" అని భౌతేష్ కి సర్టిఫికెట్ ప్రదానం చేశాడు. ఏడవలేక నవ్వుతూ తీసుకున్నాడు.

ఆఫీసులో చప్పట్ల టపాసులు పేలాయి (భౌతేష్ కి బాగయిందన్నట్టుగా).

'పని ఉండి చేస్తే దానికి విలువుంటుంది. పని చేస్తున్నట్టు నటిస్తే ఫలితం కూడా అలాగే ఉంటుంది' తన తండ్రి చివర్లో ఇది కూడా కలిపి చెబితే బాగుండేది. కాని, భగవంతుడు చెప్పనీయకుండా ఊపిరి ఆపేసినట్టున్నాడు. తెలుసుకునే లౌక్యం తనకూ లేకపోవడంతో, తను బిజీ అనే నటన వల్ల డబ్బా పోయింది. ప్రమోషను, ఇంక్రిమెంటూ పోయాయి అనుకుని ఆ రోజు నుంచి సహజంగా పని చేయడం మొదలెట్టాడు.

గొంతులో వెలక్కాయ

వాడపల్లి పూర్ణ కామేశ్వరి

"నా ఇంటికి ప్రహరీ గోడతో వరకూ ఉన్న వసతులన్నిటితో సహా భీమా చేసాను. ఇప్పుడు నా నీటి నిల్వ గొయ్యను తనిఖీ చెయ్యడానికొచ్చి కనిపించట్లేదంటున్నారు మున్సిపాలిటీ అధికారులు. మీరే దానికి నష్టపరిహారం ఇప్పించాలి" భట్టి విక్రమార్కుడిలా మూడో రోజు పదో గంటకల్లా ఉద్యోగుల కంటే ముందు హాజరైయ్యాడు భీమా ఆఫీసుకొచ్చిన దీనబంధు.

"అలాంటి భీమాలు లేవయ్యా బాబోయ్ అంటే వినరేం?" నెత్తీనోరూ కొట్టుకున్నాడు భీమా అధికారి భీమశంకర్రావు.

"అలా అనకండి సార్! మీకు పుణ్యముంటుంది, ఏది ఏమైనా సరే వర్షపు నీటి నిల్వ గొయ్యికి భీమా ఇప్పించాల్సిందే! అందాక నేను ఇక్కడ్నుంచి కదల్నంతే!" దీనంగా ప్రాధేయ పడుతున్న దీనబంధు మొండికేసాడు.

"చూడండి దీనబంధుగారూ, మీ ఇంటికి భీమా ఉన్న మాట నిజమే. మా నియమాల ప్రకారం ఆ భీమా మొత్తం లెక్కగట్టి మీకు ఇప్పించే సందర్భాలు చెపుతాను వినండి.భూకంపం కారణంగానైనా మరే కారణంగానైనా కూలినా, మంటల వల్ల విధ్వంసం అయ్యినా ఇంటికీ దాని ప్రహరీ గోడలో ఉన్న అన్ని సదుపాయాలకూ, పూర్తిగా విధ్వంసం అయితే ఆ మేరకు, పాక్షికంగా అయితే ఆ మేరకూ తప్పక నష్టపరిహారం వస్తుంది.

కానీ కట్టిన గుంట మాయమైయ్యిందంటే మేమెక్కడ మీ కాగితాలను ప్రాసెస్ చేస్తాము మహాప్రభో. భూస్థాపితమై కళ్ళకు కనిపించని గుంటకి భీమా ఇవ్వలేమయ్యా

బాబూ! ఇలా రోజూ వచ్చి మమ్మల్ని వేధించకండి!!" మూడురోజులుగా విసిగి పోయిన భీమశంకర్రావు సహనాన్ని కోల్పోయాడు.

"అలా అనకండి సార్. నేను రైల్వే స్టేషనులో స్టేషను మాష్టరుగా పనిచేస్తున్నాను. నా స్టేషను పరిసరాల్లో గూడ్సు డబ్బాలు మాయమవుతాయని కల్లో కూడా అనుకోలేదు. అందుకు గానూ నాపై చర్య తీసుకున్నారు మా యాజమాన్యం.

మొన్నటికి మొన్న ఇంజను కనిపించకుండా పోయింది. కంప్యూటర్ రికార్డుల్లో ఉన్నవి ప్రత్యక్షంగా కళ్ళకు కనిపించకుండా పోయాయి. అంత మాత్రాన అవి లేవని కాదు కదా అర్థం. నిర్లక్ష్యం అంటూ నాకు మెమో కూడా ఇచ్చారు!" వృత్తి సమస్యతో వాపోయాడు దీనబంధు.

"అవునా? నిజమా? అలా ఖాతాల్లో ఉన్నవి ప్రత్యక్షంగా లేకుండా ఎలా పోతాయి. ఇలా కూడా జరుగుతుందా?

అదేదో నీతి కథలో ఎలుక ఇనుము తినేసిందని చెప్పినట్టు, అసలు రైలు పెట్టెలనీ, ఇంజన్లనీ ఎవరెత్తుకుపోతారయ్యా? మరీ విడ్డూరం కాకపోతే?" భీమా సంగతి వదిలేసి మాయమైన వస్తువుల మాయలో పడుతూ ఆరా తీసాడు భీమశంకర్రావు.

"ఎందుకు జరగదు సార్. విడ్డూరమని మాత్రం అంటూ కొట్టిపారేయ కండి. మొన్నటికి మొన్న ఏమైందో తెలుసా సార్?" సస్పెన్సు థ్రిల్లర్ కథ తెరమీద చూపిస్తున్నంత పని చేస్తూ అన్నాడు.

"టెన్షనుకి పట్టిన చెమటల్ని తుడుచుకుంటూ, అలా ఊరించక త్వరగా చెప్పవయ్యా" అంటూ గ్లాసుడు నీళ్ళు గడగడా తాగేసాడు భీమశంకర్రావు.

"ఇంత పెద్ద పదవిలో పనిచేస్తూ మీరు ఈ వార్తే వినలేదంటే ఎలా నమ్మడం? అయినా, ఈ మధ్య జరుగుతున్న విషయాల అవగాహన లేకుండా నష్టపరిహారాలు ఎలా మంజూరు చేస్తారు. అవన్నీ తడిసిమోపెడై రేపు మీ భీమా సంస్థ కొంప

మునిగిందంటే ఆ నష్టానికి మీరే కారకులంటూ పింఛను కూడా మంజూరు చెయ్యరు చూసుకోండి సార్! మా రైలు పెట్టెల సంగతి చెపుతాను వినండి"అన్నాడు దీనబంధు.

"అబ్బ, ఊరికే భయపెట్టకుండా అసలు సంగతి చెప్పవయ్యా బాబూ!" ఇప్పుడు భీమశంకరం బీపీ కూడా పెరిగింది.

"స్టీలు అథారిటీ ఆఫ్ ఇండియా వారికై నిర్దేశించిన గూడ్సు బండిలో విశాఖ నుండి నాలుగు వాగన్లు బయల్దేరాయి. మిగతా బండంతా వచ్చేసింది కానీ ఈ నాలుగు వాగన్లూ రాలేదు. అక్కడ తగిలించిన రసీదు మాత్రం ఉంది. మధ్యలో ఎక్కడా ఎలాంటి మార్పులూ జరగలేదు. దారి పొడుగునా ప్రతీ సైడింగులోనూ వెతికి మొత్తానికి వెలికి తీసేసరికి వాటిలో ఉన్న వేల టన్నుల ఉక్కూ మాయమైంది. వారు వేసిన సీలు వేసినట్టే ఉంది. చివరాఖరికి ఏమైందో తెలుసా సార్!"

ఎలుకలు కానీ తినేసాయేమో ఏంటో అంటూ నోరువెళ్ళబెట్టారు ఎంక్వైరీ నివేదికలో!!

అందుకే అప్రమత్తమై వచ్చాను సార్. రేపు నా వాననీటి నిల్వ గొయ్యి మాయమైనట్టు మునిసిపాలిటీ వారి తనిఖీలో తేలిందనుకోండి, ఫైను చలాను చించుతారు. మీ రూల్సు కూడా కొద్దిగా సరళం చెయ్యాలి సార్. కనిపించని ప్రాణానికి రిస్కు కవరేజ్ ఇస్తున్నారా లేదా, అలా దీనికీ మార్గం చూడ్డం మీకు ఇదో పెద్ద పనా? మీ సంస్థ ఉన్నది ఆస్తులనూ, ప్రాణాలనూ సురక్షితం చేసుకోవడానికేగా సార్!" గోడంతా చెప్పి వివరిస్తున్నట్టే వివరిస్తూ ఇరకాటంలో పెట్టాడు.

"మేమున్నది మీకోసమేననుకోండి కానీ, ఇలా గుండెపోటు తెప్పించే ఉపాయం నీకెలా తట్టిందయ్యా బాబూ?" రెండు చేతులూ గుండెపై వేసుకుంటూ అన్నాడు భీమశంకర్రావు.

"ఏమీ లేదు మాష్టారు, మన టైం బాగోలేకపోతే తాడే పామై కరుస్తుంది అందుకే ఇందాకా మీరు వార్తలు చూడట్లేదా అని అడిగాను. మొన్నటికి మొన్న ఆ ఘోరం జరగలేదూ!" మరో బాంబు పేల్చాడు.

"మళ్ళీ ఏం ఘోరం అయ్యా?!"

"బెంగుళూరులో పోలీసు కమీషనర్ ఆఫీసు వద్దనున్న బస్టాండులోని షెల్టరు రాత్రికి రాత్రే మాయమయ్యింది. అది స్థాపించి పట్టుమని వారమైనా అవ్వలేదు. ఆ కాంట్రాక్టరు బిల్లు చెల్లించే ముందు తనిఖీకు వచ్చిన మునిసిపాలిటీ అధికారికి అసలు ఆ షెల్టరే కనిపించలేదుట. కాంట్రాక్టరు తాలూకు మనుషులొచ్చి రాత్రికి రాత్రి ఎలా మాయమయ్యిందని లబోదిబోమన్నారు. అంతా అయ్యాకా కమీషనరు ఆఫీసు వారు తీరుబడిగా దర్యాప్తు జరుపుతున్నారు. ఇప్పుడు పందికొక్కుల మీదకొస్తుందో లేక ఎవరిపైకొస్తుందో!"

"మన జాగ్రత్తలో మనం ఉంటే మంచిది. అంచేత, ఇంటికిచ్చిన భీమా నుండి మాయమైన నా నీరు నిల్వ గుంటకు పరిహారం ఇప్పించండి. లేకపోతే గుంట అక్కడే ఉందని మీ తనిఖీలో తేల్చి నివేదిక ఇవ్వండి. రేపది కనిపించలేదంటే మునిసిపాలిటీ ఫైను నేను కట్టలేను" పట్టుపట్టాడు.

"ఇప్పుడు నా టైము బాగోలేదు, రేపు మళ్ళీ వచ్చావంటే నా జీవితభీమాని నా అసిస్టెంటు మంజూరు చెయ్యవలసి రావడం ఖాయం" మనసులోనే బావురుమన్నాడు భీమా భీమశంకర్రావు. భీమా కార్యాలయ యాజమాన్యానికంతటికీ గొంతులో వెలక్కాయ పడ్డట్టైంది.

వినాయకురాలి పెళ్ళికి...

కె.లక్ష్మీ శైలజ

"నన్ను నవ్విస్తే వందరూపాయలు ఇస్తా" అంది ఇరుగింటి హాసిని, పొరుగింటి పూజతో

"సరే చూస్తా. ఇది విను.

అప్పుడు ఇంటికో స్కూటర్... ఇప్పుడు మనిషికో స్కూటర్...

అప్పుడు ఇంటికంతా ఒకటే దువ్వెన... ఇప్పుడు మనిషికి రెండు దువ్వెనలు...

అప్పుడు ఇంటికో క్లాక్...ఇప్పుడు రూం కొక క్లాక్...

అప్పుడు ఇంటికో ఫ్యాన్...ఇప్పుడు రూం కొక ఫ్యాన్

ఇంటికో ఫోన్ నుంచి మనిషికో ఫోన్ వచ్చినట్లూ

మనిషికో టీవీ... మనిషికో వంటా తెస్తుంది తంటా" అంది పూజ.

అయినా హాసిని పెదవులు విచ్చుకొలేదు.

"అయితే నేను నవ్విస్తా ఆంటీ" అంటూ ఎనిమిదేళ్ళ కృష్ణ వచ్చి,

"సూర్యునికి చలి వేస్తోంది, చూపిస్తా...రా..." హాసిని చెయ్యి పట్టుకొని లాగాడు.

బైట గేట్ దగ్గరికి హాసిని చెయ్యి పట్టుకొని తీసుకొని వచ్చి "అదిగో సూర్యునికి చలి వేస్తోంది చూడు" అన్నాడు ఆకాశం వైపు చూపిస్తూ.

"సూర్యునికి చలి వెయ్యడమేమిట్రా!?" అంది హాసిని ఆశ్చర్యంగా కృష్ణతో పాటూ ఆకాశం వైపు చూస్తూ.

"అవును. కావాలంటే చూడు. సూర్యునికి చలి వేసి, క్లౌడ్స్ లోపల (మబ్బుల) దాచుకున్నాడు" అన్నాడు కృష్ణ.

"ఓరీ...నీ ఇల్లు బంగారం గానూ" అంది హాసిని నవ్వుతూ.

"అంటే ఇల్లంతా బంగారు గాజులూ, దండలు ఉంటాయా?" వెనుక నుంచి ఆరేళ్ళ ఆరాధ్య అడుగుతోంది.

మళ్ళీ నవ్వింది హాసిని.

"నేనిక వస్తా, పూజా" అని పూజ కోసి ఇచ్చిన గోరింటాకు తీసుకొని వాళ్ళింట్లోకి వెళ్ళింది హాసిని.

"ఆంటీ...వస్తా, అని .... వెళ్తున్నావేంటి?" అని పూజ వెనుక చేరి అడుగుతున్నాడు కృష్ణ.

మళ్ళీ మళ్ళీ నవ్వుకుంటూ వెళ్ళింది హాసిని.

ఆరాధ్యను, కృష్ణను తీసుకొని లోపలికి వచ్చింది పూజ.

***

ఉదయం పదిగంటలప్పుడు పూజ భర్త పవన్ ఆఫీస్ కు, పిల్లలు స్కూల్ కు వెళ్ళిన తరువాత గోరింటాకును చింతపండు, వక్కతో పాటు మిక్సి పట్టి పూజ దగ్గరకు తీసుకొని వచ్చింది హాసిని.

ఇద్దరూ మంచి స్నేహితురాళ్ళు. ఒకే ఆఫీసులో పని చేస్తున్నారు. ప్రస్తుతం ఇద్దరికీ వర్క్ ఫ్రమ్ హోం.

"పూజా, కోన్ గోరింటాకు చేతులకు డిజైన్ గా పెట్టు. మిక్సి పట్టింది చేతులకు కాళ్ళకు పెట్టు. మిగిలితేనే నువ్వు పెట్టుకో" అంటూ ఫోన్ లో 'సీతారామం' సినిమా పెట్టి t.v. కి క్రోమ్ ద్వారా కనెక్ట్ చేసి సోఫాలో కూర్చుంది హాసిని.

పూజ నవ్వి "ఇప్పుడు గోరింటాకు మందారంలా పూసి మంచి మొగుడు రావలసింది నీకు. ఆల్రెడీ నాకు మొగుడు వచ్చేసి వున్నాడు కనుక మొత్తం నువ్వే పెట్టుకో" అంది నవ్వుతూ పూజ.

"సరేలే. ఐపోయిన పెళ్ళికి మేళమెందుకు గానీ... మొత్తం నాకే పెట్టేసేయ్. చూద్దాం ఈ సారైనా ఎటువంటి విఘ్నం లేకుండా నాపెళ్ళి జరుగుతుందేమో?" అంది టి.వి. సౌండ్ పెంచుతూ హాసిని.

"మనమేం అంబానీలమా? ఏమీ ఇబ్బంది రాకుండా ఉండటానికి. చిన్న చిన్న ఇబ్బందులు వచ్చినా సర్దుకొని పోదాం" అంది హెచ్చరికగా పూజ.

"పూజా...అంబానీ అంటే గుర్తొచ్చింది. మా చిన్నాన్నకు అనంత్ అంబానీ పెళ్ళికి ఆహ్వానిస్తూ పెళ్ళి పత్రిక వచ్చిందట. కానీ మా పిన్నమ్మ 'మిద్దె మీద వడియాలు ఎండబెట్టాను, అవి ఆరేంతవరకూ కాపలా ఉండాలి, ఎక్కడికీ వెళ్ళడానికి లేదనిందట'. అందుకని వెళ్ళలేదట" అంది హాసిని.

"ఓహో... మరి వడియాలు బాగా ఎండాయా?" అంది నవ్వుతూ పూజ.

"వర్షం వచ్చి ముద్దయ్యాయట" అంది హాసిని. గోరింటాకు హాసిని వేళ్ళకు పెడ్తూన్న పూజ ఈ సారి పకపకా నవ్వింది.

దాదాపు సంవత్సరం నుంచీ హాసినికి పెళ్ళి చూపులు జరుగుతున్నాయి. అవతలి వాళ్ళకంటే హాసినే చాలా వాటిని ఒప్పుకోలేదు. చూడటానికి కొంచెం నల్లగా ఉంటే...వాళ్ళు ఇప్పుడు ఇష్టపడి చేసుకున్నా హాసిని తెల్లగా వుందని అసూయ పడతాడనో, అతను మాట్లాడినప్పుడు ఎక్కువగా డబ్బు విషయాలే మాట్లాడితే...డబ్బు మనిషిలాగున్నాడు భార్యకు, ఇంటి విషయాలకు ప్రాధాన్యత ఇవ్వడనో, ఆడవాళ్ళకు నైట్ షిఫ్ట్ లు లేకుండా చూసుకోవాలన్నాడంటే ఇతనికి ఆడవాళ్ళు అంటే గౌరవం లేదనో, వాళ్ళను వద్దని చెప్తుండేది. ఎందుకంటే హాసినిది ఐ.బి. ఎమ్. లోనైట్ షిఫ్ట్. ఆ మాట డైరెక్ట్ గా చెప్పకుండా వాళ్ళ అభిప్రాయం తెలుసుకునేది, భవిష్యత్తులో ప్రాబ్లం రాకుండా.

ఇలా కట్నకానుకల సమస్య లేకున్నా, కళ్యాణమైన తరువాత కలికమంత ఇబ్బంది కూడా రాకూడదని కంగారుపడుతూ పెళ్ళికుమారుని కోసం చకోరపక్షిలాగా ఎదురు చూస్తోంది హాసిని.

రేపు హాసినిని చూడటానికి మళ్ళీ పెళ్ళి వారొస్తున్నారు. ఇదెలా జరుగుతుందో చూద్దాం

***

కానీ సాయంత్రం పూజ పిల్లలకు స్నాక్స్ చేస్తుండగా హాసిని వచ్చింది, చేతిలో ఉన్న రెండు చీరలూ అటూ ఇటూ మార్చి మార్చి చూసుకుంటూ.

'ఈ చీరల్లో ఏది కట్టుకోవచ్చు? మ్యాచింగ్ నగలేమిటి?' అనే అలోచన తెంచుకోలేక పూజ దగ్గరకు పట్టుకొచ్చిందట.

"ఈ సారి నా నగలు పెట్టుకో. ఏ చీరైనా బాగుంటావు" అంటూ నాలుగు రోజుల క్రితం పెళ్ళికి పెట్టుకొని ఇంకా లాకర్లో పెట్టని తన నెక్లెస్, గాజులు తెచ్చి ఇచ్చింది.

అక్కడక్కడా ఎరుపు రాళ్ళున్న తెల్లరాళ్ళ నెక్లెస్, మ్యాచింగ్ తెల్లరాళ్ళ గాజులు.

అవి చూస్తూ "ఎందుకు ఎప్పుడూ నువ్వు రాళ్ళనగలే ఎక్కువ కొంటావు పూజా?" అంది హాసిని.

"రాళ్ళనగలకున్న అందం ప్లెయిన్ వాటికి రాదబ్బా" అంది హాసిని ఆ నగలను ప్రేమగా తడుముతూ.

మళ్ళీ "అయినా రాయలసీమ రత్నాన్ని నేను. అందుకే రాళ్ళ నగలంటే ఇష్టం" అంది తన భుజం తనే తట్టుకుంటూ.

"అబ్బో..." అని పెదవి విరుస్తూ "సరే. ఈ సారి నీదే భారం" అన్నది హాసిని నగలు తీసుకుంటూ.

"ఆ మాట మీదే నిలబడు. పెళ్ళివాళ్ళు వెళ్ళేదాకా ఏమీ మాట్లాడకు" అంది పూజ ఈ సంబంధం ఎలాగైనా కుదర్చాలని. ఎందుకంటే అబ్బాయి మంచి కంపెనీలో పనిచేస్తున్నాడు, ఫోటోలో బాగానే వున్నాడు.

"అంటే నేను నా కాళ్ళమీద నిలబడవద్దా?" నవ్వు నాపుకుంటూ అమాయకంగా ముఖం పెట్టుకొని అడిగింది హాసిని.

"తల్లీ, నీకో నమస్కారం. అందరం కలిసి ఈ సంబంధాన్నైనా నిలబెడదాం" అంది హాసినికి దండం పెడుతూ పూజ.

హాసిని నవ్వుకుంటూ ఇంటికి వెళ్ళింది.

***

ఆ తెల్లవారి షరా మామూలే. వచ్చిన పెళ్ళివారికి స్వీట్, కారాస్. ఇంట్లో ఉన్న పెళ్ళివారికి మల్లెపూలు బ్యూటీపార్లర్ లు.

హాసిని పేరుకు తగ్గట్టు నవ్వుమొహంతో చూస్తోంది. పెళ్ళిచూపులు పెళ్ళికొడుకు హరీన్ మాత్రం పేరుకు తగ్గట్టు బెదురుచూపులు చూడకుండా డిగ్నిఫైడ్ గా ఉన్నాడు.

తన ఉద్యోగం తన కంపెనీ లో రెండవ స్థానం కనుక ఇంటికంటే ఆఫీస్ లోనే ఎక్కువ టైం సరిపోతుందని చెప్పినప్పుడు హాసిని భ్రుకుటి ముడి పడింది. ఇంటి బాధ్యత తను వహించలేననీ, జీతం వరకూ ఇంట్లో ఇస్తాననీ, తనకెలాంటి దురలవాట్లు లేవనీ చాలా ప్రశాంతంగా చెప్పినప్పుడు హాసిని కొంచెం ఇష్టం కొంచెం కష్టంగా చూసింది.

"మరి హాసిని కూడా ఉద్యోగం చేస్తోంది కదా! పిల్లల బాధ్యత ఎలా?" ఈ సారి హాసిని అక్క అడిగింది నెమ్మదిగానే.

ఎందుకంటే ఆమెకు ఇంటి పని, పిల్లల పనులల్లో భర్త సహకారం ఏమీ లేదు. అందుకే ఆ కష్టం తెలుసు కనుక క్లారిటీ కోసం అడిగింది. పెళ్ళి కొడుకు అంతకంటే క్లారిటీ గా సమాధానం ఇచ్చాడు.

"నేను ఇంట్లో పని కూడా చేసి, ఆఫీస్ పనిని సగం సగం చెయ్యడం కుదరదు. ఆఫీస్ వాళ్ళతో మాట పడలేను. ఇంట్లో పనికి నా సహాయం తప్పనిసరిగా కావాలి అని మీరనుకుంటే... ఒక పని చేస్తాను..." అంటూ అందరినీ పరికించి చూస్తూ మాట పూర్తి చెయ్యకుండా ఆగాడతను.

అందరూ చెవులు రిక్కించి అతని మాటలు వినడానికి సిద్ధంగా ఉన్నారు.

"నేను ఉద్యోగానికి రాజీనామా ఇస్తాను. మీకిష్టమైనట్లు వంటింటి బాధ్యత, పిల్లల బాధ్యత నేనే వహిస్తూ ఇంటి పనంతా మీకు తగలకుండా అన్ని పనులూ చూసుకుంటాను. ఎందుకంటే మా పెద్దమ్మ కొడుకు ఉద్యోగస్తురాలైన అమ్మాయిని పెళ్ళి చేసుకొని ఇంట్లో పనులు, పిల్లల పనులు ఇద్దరూ చూసుకోలేక ఇబ్బంది పడుతున్నారు. వాళ్ళను చూసిన తరువాత నాకు ఈ ఐడియా వచ్చింది. మీకిష్టమైతే నాకు ఓకే" అన్నాడు ఎటువంటి కోపతాపాలు మొహంలో కనిపించకుండా.

ఆ మాటలు వినగానే అతని కెదురుగా సోఫాలో కూర్చున్న హాసిని సోఫాలోనే మూర్ఛ పోయింది. మిగతా వాళ్ళు ఇలాంటి పెళ్ళి కొడుకులు కూడా వుంటారా అన్నట్లు మాటరాని మౌనాన్ని పాటించారు.

కొద్ది సేపటికి అందరూ తేరుకొని మంచినీళ్ళు తాగి, ముందు తల బాదుకొని తరువాత తలా ఒక ఆలోచన చేసి 'ఈ పద్ధతి కూడా బాగానే వుంది కదా' అనుకున్నారు. ఏదో ఒక సమస్య తో ఆగిపోతున్న హాసిని పెళ్ళి ఇలాగైనా జరిగిపోతుంది కదా అన్న ఆనందం తో.

హాసినికి ముందు ఉక్రోషం వచ్చినా తనను ఉద్యోగం మానమని చెప్పలేదు కాబట్టి ఆమె ఇగో సంతోషించింది.

ఇంకేముందీ... ఇరవై రోజుల్లో ఇరువురి పెళ్ళీ జరిగి,

ఇతోధికంగా బంధువులు వచ్చి హాసిని కొత్త 'పెళ్ళి పుస్తకాన్ని' (ఒప్పందాన్ని) విని హసించారు.

ఫన్నీ ఫ్యూచర్

కొత్త పల్లి రవి కుమార్

అది ఫిబ్రవరి 29, 2228 వ సంవత్సరం. ఆ రోజు గోదావరి తీరాన ఉన్న మెట్రో పాలిటన్ సిటీ మరియు గోదావరి రాష్ట్రానికి రాజధాని అయిన రాజమహేంద్రవరంలో బిగ్ షాట్ ఆకృత్ ఇంట్లో సందడి. లేక లేక కలిగిన ఆకృత్ వంశాకురానికి బాలసారె ఫంక్షన్ జరుగుతోంది. ఆ గోదావరి రాష్ట్రంలో ఉన్న గొప్ప గొప్ప ప్రముఖులు, పొలిటికల్ లీడర్స్ హాజరయ్యారు.

ముహూర్తం దగ్గర పడుతోంది. ఇంకా పంతులు గారు రాలేదని అందరూ ఎదురు చూస్తున్నారు. ఇంతలో ఎయిర్ బైక్ ఆగిన సౌండ్. అసిస్టెంట్ పర్యావరణ్ తో పాటు ఫాస్ట్ గా లోపలికి వచ్చారు పంతులు గారు స్వరాజ్ శాస్త్రి. వస్తూనే అందరినీ కంగారు పెడుతున్నారు.

"పంతులు గారూ! లేటయ్యింది. మీకోసం ఇందాకట్నుండి వెయిట్ చేస్తున్నాం" అని అంది ఆకృత్ భార్య అలంకృతి.

"అవునమ్మా! నేను పెందరాళే బయల్దేరానమ్మా. మీకు తెలుసుగా! మా వాడు థర్డ్ స్టాండర్డ్ చదువుతున్నాడు. వాడికి ఈ రోజు స్పేస్ రీసెర్చ్ ఎంట్రన్స్ ఎగ్జామ్. వాడిని కొవ్వూరు స్పేస్ సెంటర్ లో

వదిలి రావాల్సి వచ్చింది. పైగా ఈరోజు ముహూర్తాలు చాలా ఉన్నాయి. స్కై అంతా హెవీ ట్రాఫిక్ జామ్. అందునా కేడీ కిడ్ ఒక అమ్మాయి ఎయిర్ కారు వేసుకుని ఎయిర్ బైక్ లైన్లోకి వచ్చేసింది. ట్రాఫిక్ టీమ్ ఆ అమ్మాయిని పట్టుకునేటప్పటికి ట్రాఫిక్ జామ్ అయ్యింది. ఎనిమిదేళ్లయినా దాటకుండా మరీ బొత్తిగా ఆరేళ్లకే ఎయిర్ కార్లు ఇచ్చేస్తున్నారు ఈ మాయదారి పేరెంట్స్" అని తన లేటుకు కారణం చెప్పారు స్వరాజ్ శాస్త్రి.

"ఓకే శాస్త్రి గారు! ఇప్పటికే ఆలస్యం అయ్యింది. మా వాడికి ఆ పేరు పెట్టే తతంగం త్వరగా కానిస్తే మేము వెంటనే గ్లోబల్ స్కూల్ లో ఎడ్మిషన్ తీసుకోవాలి. ఈరోజుతో వాడికి 21 రోజులు నిండిపోతున్నాయి. ఈ రోజు దాటితే వాడికి ఎడ్మిషన్ ఇవ్వరు. త్వరగా కానీయండి" అని కంగారు పెట్టాడు ఆకృత్.

"అలాగేనండి! ఏమ్మా అలంకృతమ్మా? పేరేమైనా అనుకున్నారా?" అని అడిగారు శాస్త్రి గారు.

"హా! అనుకున్నాము శాస్త్రి గారు. ఎన్నో వెబ్ సైట్లు గాలించి మరీ మా వారు డిసైడ్ చేసారు. నీలకంఠ పోతురాజు" అని సమాధానమిచ్చింది అలంకృతి.

"భేషుగ్గా ఉంది! కొత్త ట్రెండ్ పేరులా ఉంది.

నాకు తెలిసి ఈ పేరు నేను ఎక్కడా వినలేదు" అని ఆశ్చర్యాన్ని వ్యక్త పరిచారు శాస్త్రి గారు.

"అవునండీ! అది మా వారి పూర్వీకులలో ఎప్పుడో ఈ పేరు ఉండేదట. ఆ పేరు ట్రెండీగా ఉందని అది ఫిక్స్ అయ్యాం" అని చాలా దర్పంగా చెప్పింది అలంకృతి.

"కరక్టేనండి! ఇప్పుడు ఆ పూర్వీకుల పేర్లే యమా ట్రెండ్. అందుకే మా వాడికి, మా అమ్మాయికి కూడా మా పూర్వీకుల పేరే పెట్టాను, పరంధామ అవధాని అని, కనక మహాలక్ష్మి అని" అని చెప్పారు శాస్త్రి గారు.

ల్యాప్ టాప్ లో చూసి మంత్రాలు చదివి ఆ బాలసారె తంతేదో కానిచ్చేసారు శాస్త్రి గారు. ఏదో పాన్ వరల్డ్ సినిమా ఓపినింగ్ కి పూజ చేయాలని కంగారుగా వెళ్లిపోయారు శాస్త్రి గారు తన అసిస్టెంట్ తో.

అందరూ అంగీకరించినట్టు ఆకృత్ తన కొడుక్కి 'నీలకంఠ పోతురాజు' అని పేరు పెట్టుకుని సంబరపడిపోయాడు. ఇలా బాలసారె అయ్యిందో లేదో పోతురాజుని గ్లోబల్ స్కూల్ కి తీసుకునివెళ్లారు ఆకృత్, అలంకృతి లు.

ఇరవై ఎకరాలలో ,ఆకాశాన్నంటే బిల్డింగ్ లతో చాలా పెద్దదిగా ఉంది ఆ గ్లోబల్ స్కూల్. వాళ్లు వెళ్ళిన

ఎయిర్ కారుని ఎయిర్ పోర్టులో పార్కింగ్ చేసి ఆఫీసు రూమ్ లోనికి వెళ్లాడు. ఆఫీసు రూమంతా అడ్మిషన్స్ కోసం వచ్చిన నెలలు నిండని పాపలతో, వాళ్ల పేరెంట్స్ తో నిండి పోయింది.

ఆకృత్ గబగబా ఆఫీస్ రిసప్షనిస్ట్ ని కలిసాడు. "మేడమ్! మా బాబు అడ్మిషన్ కోసం వచ్చాము. అడ్మిషన్ ఫార్మాలిటీస్ ఏమిటి మేడమ్?" అని అడిగాడు.

"సార్! ఇక్కడ బేబి కడుపులో పడగానే రిజిస్టర్ చేసుకోవాలి. అలాంటి వారికి మేము టోకెన్ నెంబర్లు ఇస్తాము. వారు ఆ టోకెన్ నెంబర్లు తెస్తే ఆ నెంబర్ ఆర్డర్ ప్రకారం అడ్మిషన్ ఉంటుంది" అని చెప్పింది రిసెప్షనిస్ట్.

"మేము ఆల్రెడీ ఆ ప్రాసెస్ పూర్తి చేసాం మేడమ్" బదులిచ్చాడు, ఆకృత్.

"మీరు టోకెన్ నెంబర్ తెచ్చారా?" అని అడిగింది రిసెప్షనిస్ట్.

"హా మేడమ్! మా టోకెన్ నెంబర్ 2064" అని బదులిచ్చాడు ఆకృత్.

"అయితే వెయిట్ చేయండి. మైక్ లో మీ అనౌన్స్ మెంట్ వచ్చిన తర్వాత అడ్మిషన్ తీసుకుందురు గానీ!" అని ఆకృత్ దగ్గర బాబు డిటెయిల్స్ అన్నీ తీసుకుంది.

ఈ లోపు పోతురాజు ఏడవడం మొదలు పెట్టాడు. అక్కడున్న డిపార్ట్ మెంట్ స్టోర్ లో పాల సిరప్ కొని నాలుగు చుక్కలు పోతురాజు నోటిలో వేసాడు. ఏడుపు ఆపి నవ్వుతున్నాడు పోతురాజు.

వీళ్ల పక్కనే కూర్చుని ఇదంతా గమనించిన వివిధ్ అనే ఎనభై యేళ్ల ముసలాయన వీళ్లను పలకరించాడు. "బాబు ఎడ్మిషన్ కి వచ్చారా?" అని అడిగాడు.

"అవును అంకుల్! మా బాబు పోతురాజు అడ్మిషన్ కి వచ్చాం. మరి మీరు?" అని అడిగాడు ఆకృత్.

"నేను కూడా ఇదిగో మా మనవడు పిచ్చేశ్వరావు అడ్మిషన్ కి వచ్చాను" అని తన మనవడిని చూపించాడు వివిధ్.

"ఇప్పుడు మీరు ఏ పాల సిరప్ కొన్నారు?" అని అడిగాడు వివిధ్.

"ఇండియన్ మేడ్ లేవు అన్నారు. అమెరికన్ మేడ్ కొన్నాను సార్" అని సమాధానమిచ్చాడు ఆకృత్.

"ఇండియన్ మేడ్ దొరకడం చాలా కష్టంగా ఉంది. మార్కెట్ లో ఎక్కువగా అమెరికన్, ఇంగ్లాండ్ వే దొరుకుతున్నాయి. మన ఇండియా , అమెరికాను, ఇంగ్లాండును ఆక్రమించుకొన్న దగ్గర నుండీ అవే ఎక్కువ ప్రొడక్ట్స్ వస్తున్నాయి. అయినా ఇప్పుడు ఇంకా నయం. నాలుగైదు డ్రాప్స్ తో సరిపోతోంది. నూటయాభై ఏళ్ల క్రితం తల్లి పాలే డైరెక్ట్ గా పట్టేవారట పిల్లలకి" అని వాపోయాడు వివిధ్.

"అవునా అంకుల్?" అని వాపోయాడు ఆకృత్.

"హా! నూట యాభై ఏళ్ల కిందట తల్లి పాలే పట్టేవారట. అవే శ్రేష్ఠమట. ఆ తర్వాత పెరిగే కొద్దీ గేదెలు, ఆవులు అనే జంతువుల పాలు వాడేవారట. వాటి పాలల్లో కూడా చాలా ప్రోటీన్స్ ఉండేవట. ఆ జంతువులను మనం హిస్టరీ బుక్స్ లో చూడడం తప్పితే ఎప్పుడూ డైరెక్ట్ గా చూడలేదు" అని చెప్పాడు వివిధ్.

"ఇప్పుడు సైంటిస్ట్ లు వాటి కళేబరాలను తవ్వి, వాటి జీవ మృత్తికలను సేకరించి మరల కృత్రిమ గేదె, ఆవులను తయారు చేద్దామని చూస్తున్నారట. దానికోసం ఆల్రెడీ రాజానగరం దగ్గర పెద్ద ఇండస్ట్రీ కూడా స్థాపించారట" అని చెప్పాడు ఆకృత్.

"వావ్! అలాగైతే మనం కూడా ఎంచక్కా గేదె, ఆవు పాలు తాగొచ్చన్నమాట! కానీ ఆ ఎక్సపెరిమెంట్స్ సక్సెస్ అవ్వడానికి మినిమం టైమ్ పడుతుందిగా. అంతవరకు నేను బతికుంటానో లేదో!" అని బాధపడ్డాడు వివిధ్.

"బాధపడకండి అంకుల్! మీరు కూడా ఆ అదృష్టాన్ని చూస్తారు" అని వివిధ్ ని ఆకృత్ ఓదార్చుతుండగా, " టోకెన్ నెంబర్ 2058, పిచ్చేశ్వర్రావు, పిచ్చేశ్వర్రావు" అని మైక్ లో అనౌన్స్ మెంట్ వినిపించింది. అది విని తన మనవడికి అడ్మిషన్ తీసుకోవడానికి లోపలికి వెళ్లాడు వివిధ్.

ఇంతలో ఒక సర్వెంట్ వచ్చి ఆకృత్, అలంకృతి చేతుల్లో రెండేసి టాబ్లెట్లు పెట్టి వెళ్లాడు. అవి ఒకటి వాటర్ ది, రెండోది కాఫీది. అవి తిని రిలాక్స్ అయ్యారు దంపతులిద్దరూ.

కాసేపటికి మైక్ లో "టోకెన్ నెంబర్ 2064, నీలకంఠ పోతురాజు" అని అనౌన్స్ మెంట్ వచ్చింది. అది విని పరుగు పరుగున అడ్మిషన్ సెల్ లోనికి వెళ్లారు.

అడ్మిషన్ సెల్ లో ప్రిన్సిపాల్ ఆరోగ్య, జి ఎమ్ ప్రోద్బల్ కూర్చుని ఉన్నారు. ఆకృత్ దంపతులిద్దరూ వారి ఎదుటి సీట్లలో కూర్చున్నారు.

"మీ బాబు బర్త్ సర్టిఫికెట్ చూసాం! అంతా బాగుంది. పేరు కూడా బాగుంది, నీలకంఠ పోతురాజు.

వెరీ ట్రెండీ నేమ్. కానీ మీ అబ్బాయి బ్లడ్ గ్రూప్ ఎబి పాజిటివ్. ఇది రేర్ గా దొరికే బ్లడ్ గ్రూప్. కాబట్టి మీరు ముందుగా నాలుగు లీటర్ల ఎబి పాజిటవ్ బ్లడ్ ని సబ్ మిట్ చేయాలి. ఇప్పుడు మీరు యాభై లక్షలు డిపాజిట్ కట్టాలి. మీ అబ్బాయికి రెండున్నర ఏళ్లు వచ్చేదాకా మేము, మా టీమ్ అబ్జర్వ్ చేస్తూ ఉంటాము. ఈ రెండున్నర ఏళ్ల కాలంలో మీరు మీ అబ్బాయికి బేసిక్స్ అన్నీ నేర్పించి ఉండాలి. ఇక్కడికి వచ్చాక హైయర్ స్టడీస్ మాత్రమే నేర్పుతాము. మీ అబ్బాయి మా స్కూల్ స్థాయికి సరిపోతాడనిపిస్తేనే అప్పుడు అడ్మిషన్ ఇస్తాం. లేకపోతే మీ అడ్మిషన్ క్యాన్సిల్ అవుతుంది. మీరు కట్టిన ఎమౌంట్ లో టు థర్డ్ మా అబ్జర్వేషన్ ఛార్జెస్ గా తీసుకుంటాము. మిగతా వన్ థర్డ్ రిఫండ్ చేస్తాం. అంటే సుమారు పదమూడు లక్షలన్నమాట.

ఒకవేళ అడ్మిషన్ ఇస్తే ఆ పదమూడు లక్షలను అడ్మిషన్ ఫీజు గా తీసుకుంటాము. మొదటి ఏడాది ఫీజు ఇరవై లక్షలు. ప్రతీ ఏడాది ముందు ఏడాది ఫీజులో ట్వంటీ పర్సెంట్ హైక్. మీ వాడు సెకండ్ స్టాండర్డ్ కి రాగానే ఎయిర్ బైక్ రైడింగ్, ఎయిర్ కారు రైడింగ్ నేర్పిస్తాము. వాటికి ప్రతీ నెల లక్ష అదనం. ఇంకా మీ వాడికి స్పోర్ట్స్ మీద ఇంట్రస్ట్ ఉంటే స్కైలో ఎయిర్ కార్ రేసింగ్, జల్దీఫైవ్ క్రికెట్ మ్యాచ్ లకు ప్రిపేర్ చేయిస్తాం.

వీటికి ప్రతీ నెల రెండు లక్షలు అదనం.

ఇక అకడమిక్స్ విషయానికి వస్తే థర్డ్ స్టాండర్డ్ అయ్యేటప్పటికి ప్రతిష్టాత్మకమైన హైయ్యర్ ఇంజినీరింగ్, మోడరన్ మెడిసిన్, సైన్స్ రీసెర్చ్ ఎంట్రన్స్ లకు ప్రిపేర్ చేయిస్తాము. మీ వాడు ఫోర్త్ స్టాండర్డ్ నుండి ఆయా కోర్సులను ఇక్కడినుండే అంచలంచెలుగా నేర్చుకుని పదిహేనేళ్లకు సెటిల్ అయిపోతాడు. మిమ్మల్ని మంచి పేరెంట్స్ గా సొసైటీలో నిలబెడతాడు. మీకంటూ ఒక స్టేటస్ ని క్రియేట్ చేస్తాడు. కాబట్టి యాభై లక్షలు కౌంటర్ లో కట్టి వెళ్లండి. ఆల్ ది బెస్ట్" అని అంతా సవివరంగా వివరించాడు ఆరోగ్య.

తన కళ్లెదుటే తన కొడుకు పోతురాజు పెద్దవాడయి పోయినట్టనిపించింది, ఆకృత్ కి. గబగబా కౌంటర్ దగ్గరకు వెళ్లాడు, యాభై లక్షలు డిపాజిట్ చేద్దామని. "అలం, అలం! ఆ యాభై లక్షలు పట్టుకురా! రా త్వరగా!" అని అరుస్తున్నాడు.

పెళ్ళాం కొట్టిన దెబ్బకి అదిరిపడి లేచాడు ఆకృత్. కళ్లు నలుపుకుని చుట్టూరా చూసాడు. ఎదురుగా భద్రకాళి రూపంలో అలంకృతి కనపడింది.

"ఏం రాత్రి వేసింది ఇంకా దిగలేదా? పగటి కలలు కంటున్నారు. యాభై లక్షలు ఏమిటి?" అని అడిగింది అలంకృతి.

"మరేమో! మన అబ్బాయి స్కూల్ ఫీజు... యాభై లక్షలు..." అని తడబడుతూ మాట్లాడుతున్నాడు ఆకృత్.

"సర్లేండి! మనకు ఆ సంబడం కూడానూ! పెళ్లయ్యి పదేళ్లయ్యింది. ఇప్పటివరకూ నా కడుపున ఒక కాయైనా కాయించారూ? కొడుకంట, కొడుకు! ఎక్కడినుండి ఊడిపడ్డాడు కొడుకు" అని మొగుడి నెత్తిమీద గట్టిగా కాదులేండి! ప్రేమతో మొత్తింది అలంకృతి. అప్పటికి గానీ అర్ధమవ్వలేదు ఆకృత్ కి, ఇదంతా కల అని.

పంతం గారి పతి!

వాణి గొర్తి

"అమ్మా అనంతం! మా వాడు మారుతి గాడికి కాస్త ఫోన్ పిచ్చి తప్ప మరే దురలవాటూ లేదమ్మా." అని అత్తగారు చెప్పినప్పుడు,

ఓస్ ఇంతేనా.... ఫోన్ చూడ్డం కూడా ఓ పిచ్చేనా? ఈరోజుల్లో అదంతా మామూలేగా అందరూ చూసేదేగా?! ఇందులో వింతేముందని తేలిగ్గా తీసుకుంది అనంతం. కొన్నాళ్ళకు అసలు విషయం తెలుసుకున్నాక, అదేమీ తేలిక కాదని చచ్చేంత బరువని అర్థమైంది. పొరపాటున అతని ఫోన్ ఎవరైనా ముట్టుకుంటే చాలు, ముక్కుపుటాలు ఎగరేసి కప్పని వెంటాడే పాములే బుసలు కొడతాడని, ఈ మారుతి అక్షరాలా కల్లుతాగిన మారుతి అవుతాడని అనతికాలంలోనే అర్థమై తెల్లబోయింది.

ఏ దురలవాటైనా మాన్పించొచ్చు గానీ ఫోన్ అతిగా చూసే అలవాటు మాన్పించడం నా తరమా అని బెంబేలు పడింది.

పొద్దున్నే చరవాణిలో కరచాలనం తప్ప అన్యమెరుగని అయోమయం అని త్వరలోనే అర్థం చేసుకుంది అనంతం.

"కొత్త బడ్జెట్ కారణంగా టీ. వీల ధరలు తగ్గింపు! ఇళ్ళకు లోన్ ఇవ్వబడును. ఏవోయ్! వార్తలు వింటున్నావా?" అడిగాడు మారుతి.

"ఏ మాటైనా అందులో చూసి మాట్లాడడం తప్ప నా మొహంలోకి చూసి మాట్లాడరా? ఏం, సొంతంగా నోరు పెగలదా? ఆ భూతద్దాల కళ్ళజోడులోంచి అంత కష్టపడి చూడాలా? పేపర్ కొనుక్కుని చదువుకోవచ్చుగా, ఫోన్ లో వార్తాపత్రికలు డౌన్లోడ్ చేసుకుని, చిన్నక్షరాల్ని చికిలించుకుని చదవడం దేనికి?" అంది

అనంతం మూతి మూడువంకర్లు తిప్పుతూ.

"పిచ్చిదానా, టి వి, పేపరు, సినిమాలు, అంతర్జాతీయ విషయాలు, స్టాక్ మార్కెట్, ఒకటేవిటి, అన్నిటికీ ఏకైక సమాధానం ఈ బుజ్జిముండ ఒక్కటే. ఇదుంటే చాలు. ప్రపంచం మన గుప్పిట్లో ఉన్నట్టే. ఆల్ ఇన్ వన్. సర్లేగానీ

పసుపులో కల్తీ కనిపెట్టే విధానాన్ని కనిపెట్టిన సైంటిస్ట్ ఎవరో చెప్పవోయ్?" అన్నాడు అపర మేధావిలా చూస్తూ.

"తెలీదు." అంది కోపంగా.

"అరటి తొక్కతో ఆరు ఉపయోగాలు. అవేంటో కనీసం మూడన్నా చెప్పుకో చూద్దాం"

"తెలీదని చెప్పానా"

"మైసూర్ పాక్ గుల్లగా రావాలంటే నెయ్యి ఎంతెత్తునించి పొయ్యాలి. ఇదన్నా చెప్పు"

"తె...లీ...ద...న్నా...నా" ఆమె ఎరుపెక్కిన కళ్ళు, బిగిసిన పిడికిళ్లు మారుతి చూళ్ళేదు.

"ఏం తెలీకుండా ఎలా పెంచారు నిన్ను." కామన్ డైలాగ్ ను కామన్ గా అనేసి ఫోన్ తో సహా బాత్రూమ్ లోకెళ్ళిపోయాడు. బయటకు వినిపిస్తున్న నీళ్ళ చప్పుడుతో పాటు, ఫోన్ లో ప్లే అవుతున్న పాటల డప్పుల్లో, అనంతం పళ్ళు కొరికే చప్పుడు కలిసిపోయింది.

అపార్ట్మెంట్ స్నేహితురాళ్ళతో తన గోడు వెళ్ళబోసుకుంది. చాలామంది వార్తా పత్రికల దగ్గర్నుంచి, వాతావరణ సూచనల దాకా అన్నీ ఫోన్ లోనే చదువుతూ నిద్రలో మాత్రమే ఫోన్ కడతారనే కఠోర సత్యం మహిళామణులందరి మూజువాణి ఓటుతో నెగ్గింది.

ఎందరో మహానుభావులు.... అందరూ మొబైల్ శ్రామికులే అనుకుంటూ నిట్టూర్చి వదిలెయ్యాలా? లేక ఒక పట్టు పట్టాలా అంటే, అలవాటైన ప్రాణాలు అట్టిట్టవుతాయి వద్దులేమ్మా. మనమే సర్దుకుపోతే పోలా.... అని కొందరు మిత్రురాళ్ళు పెట్టెల్లో బట్టలు సర్దుకుని పుట్టింటికి పోయారు. తనూ అలా చేస్తే ఎలా? వాళ్ళలా గివ్ అప్ ఇచ్చే ప్రసక్తి లేదు. నో నెవ్వర్. ఈ అనంతం పంతం పడితే పంతానికే పిచ్చెక్కిస్తుంది.

భర్తను ఎలా దారికి తీసుకురావాలో సూర్యకాంతం అమ్మమ్మ గార్ని గుర్తుతెచ్చుకుని మరీ ఆలోచించింది అనంతం. ముల్లును ముల్లుతోనే తియ్యాలి. గోళ్లను గోటితోనే గోకాలి. పండుని పళ్ళతోనే కొరకాలి, అంతేగా. మనమే ఆయన దారిలోకెళ్లి మనదారిలోకి తెచ్చుకోవాలి అని అంతరాత్మ ప్రబోధాన్ని అనుసరించి,

తను కూడా మొహం మాడ్చుకుని, ఫోన్ లో మొహం దూర్చి, వంటని నల్లగా బొగ్గల్లే మాడ్చి పెట్టింది. మింగలేక కక్కలేక

ఏవిటోయ్ ఫోనులో అంత దీర్ఘంగా మునిగిపోయావ్ అనలేకపోయాడు మారుతి.

ఎందుకంటే, అందుకో కారణం ఉంది. పెళ్ళికి ముందు మారుతి ఒక కండిషన్ పెట్టాడు.

'నీ ఫోను నీది నా ఫోను నాది.

ఒకరిది ఒకరం ముట్టరాదు .

ఎవరి కార్యకలాపాలు వాళ్లవి.

ఒకరి వ్యవహారాల్లో ఇంకొకరం జోక్యం చేసుకోరాదని చెప్పిన

ఆ మాటలే ఇప్పుడు తన కాలిచెప్పు తనే అడ్డుపెట్టుకుని పడ్డట్లైంది. చేసేదిలేక మాడిన వంటల్నే ఫోన్ చూసుకుంటూ ఏమరుపాటుగా తినేయడం అలవాటు చేసుకున్నాడు.

బోరుగా రోజులు గడిచిపోతున్నాయి తప్ప, కొత్తగా పెళ్లైన జంటలో జోరు లేకపోవడం అనంతానికి చికాకు కలిగించింది.

ఓ ముద్దూ ముచ్చటా లేవని సణుగుతోందని

మాధవ్ పిళ్ళై గారి వీణా నాదానికి అనంతాన్ని తీసుకెళ్ళాడు మారుతి. ఎవరూ రాకముందే తీసికెళ్ళి కూర్చోబెట్టి, షరా మామూలుగా ప్రశాంతంగా ఫోనులో మునిగిపోయాడు. హాలు ఖాళీగా ఉండి దోమలకు జనాలు దొరక్క వాళ్లిద్దరి రక్తం పీల్చి ఫెస్టివల్ చేసుకున్నాయి. ఎప్పుడా అని ఎదురుచూస్తున్న మాధవ్ పిళ్ళై గారి వీణా నాదం మొదలైంది.

ఆయన వీణ మీటినంతసేపూ మారుతి వీడియో తీస్తూనే వున్నాడు. “అంత వీడియోని ఏం చేసుకుంటారండీ. ఫోటోలు చాలవా?” అని అన్నా చెవికెక్కించుకోకుండా, చేతులు నొప్పెట్టేటట్టు ఫోను ఎత్తిపెట్టి వీడియో తీస్తుంటే ‘నీ పిచ్చికి పుచ్చుపట్టా. మేం చూడొద్దా. చేతులు దింపవయ్యా’! అని వెనకవాళ్ళతో కొత్త తిట్లుతిని ఇంటిదారి పట్టాడు. రోజు రోజుకీ ఫోన్ అతని ఆరోవేలుగా మారిపోతుంటే ఆపడమెలా అని టీల మీద టీలు తాగి మరీ ఆలోచిస్తూ రోజులు గడుపుతోంది అనంతం.

ఓరోజు మారుతి స్నేహితుడు చిట్టి హడావిడిగా వచ్చాడు.

“ఏవిట్రా, ఎండిన అరటి తొక్కలా మొహం వేలాడేసుకొచ్చావ్? ఏమైంది” అనడిగాడు మారుతి.

ఏడుపు మొహం పెట్టి తన బాధను ఏకరువు పెట్టాడు చిట్టి.

“సమాజం ఇలా ఉంటే ఎలా బావా?! వాట్సాప్ లో ఏదో లింక్ వచ్చింది. దానిపై నొక్కాను . నొక్కినందుకు ‘కంగ్రాట్యులేషన్స్...మీ డబ్బులు పోయాయి’ అనొచ్చింది. అంతే చూస్తుండగానే నా అకౌంట్ లో డబ్బులు స్వాహా అయిపోయాయి. పోతే పోయాయి. ఎవరెవరో ఫోన్లు చేసి బెదిరిస్తున్నార్రా. పాస్పోర్టుల స్కాం ముఠాలో

నేనున్నానని ఓ ఆఫీసర్ ఫోన్ చేశాడు. ఇంకొకడేమో గంజాయి ముఠాతో నీకు లింకుందా అని సింక్ లేకుండా మాట్లాడుతున్నాడు. దొరికితే కటకటాల్లో వేస్తారని భయపడి పారిపోయి ఇట్టా వచ్చాను."అని చెప్పాడు వగరుస్తూ.

అంతా విన్న అనంతం "ఉయ్యమ్మా! ఇవాళ చిట్టన్నయ్యకు జరిగినట్టే రేపు మీక్కూ జరిగితే?! మిమ్మల్నీ బెదిరిస్తే, అరదండాలేసి లాక్కుపోతే?! నా గతేం కాను. ఇవాళా రేపూ తెలియని లింకులు నొక్కితే నేరుగా బురద గుంటలో పడ్డట్టే. మీరుగానీ నొక్కారా ఏంటి?" అని బెంబేలు పడుతూ అడిగింది.

"నువ్వు కాసేపు ఆగు. నాకసలే కంగారుగా ఉంది. అంత ఏమరుపాటుగా లింక్ ఎలా నొక్కావురా?" అన్నాడు ఫోన్ లోకి తొంగిచూస్తూ.

"అదిగో ఈ గ్రూప్ లో వచ్చిన లింకే. ఇలా నొక్కాను" అని మారుతి ఫోన్ లో తను పంపిన లింక్ నొక్కాడు చిట్టి.

"అయ్యో అదెందుకు నొక్కావురా" అని లబోదిబో మన్నాడు మారుతి.

"సారీరా, ఏదో కంగారులో నొక్కేసా. త్వరగా వాట్సాప్ డిజేబుల్ చెయ్యి, ఫోన్ స్విచ్ఛాఫ్ చేసెయ్యి. ఆ సిమ్ తీసి విసిరెయ్యి." అని చెబుతూ తనే సిమ్ తీసేసాడు హడావిడిగా. ఎటునుంచి ఎవరు ఫోన్ చేస్తారో, ఏ కేసులో మూసేస్తారో అని భయపడి గప్ చుప్ గా ఫోన్ కట్టి, బీరువా బట్టల్లో కుక్కి, గట్టిగా తాళం నొక్కి, తాళాన్ని అటకమీద విసిరేసి ఊపిరిపీల్చుకున్నాడు మారుతి.

ఆ మర్నాడు రోజూ అలవాటైన ఫోన్ లేక, ఏం చెయ్యాలో తోచక చేతులు గోక్కుంటూ

అసహనంగా తిరిగాడు మారుతి. అతని చేతిలో చిప్పగరిట పెట్టి, భుజం చుట్టూ చేతులు చుట్టి వయ్యారంగా వంటింట్లోకి నడిపించుకెళ్లి చారులో తాలింపు పెట్టించింది.

వంటల్లో కిటుకులు, వలపుల్లో చెణుకులు నేర్పిస్తూ, భర్తలో మార్పుకోసం తను ఇచ్చిన స్క్రిప్ట్ ను గొప్పగా రక్తి కట్టించిన చిట్టన్నయ్యకు మనసులోనే థాంక్స్ చెప్పుకుంది అనంతం.

వనజాక్షి వంటలతో తంటా

కొత్త ప్రియాంక (భానుప్రియ)

సోఫాలో తాపిగా కూర్చొని యూట్యూబ్ చూస్తూ దానిలో మునిగిపోయి 'నా కోరిక ఎప్పుడు నెరవేరుతుందో! నేను కూడా యూట్యూబ్ స్టార్ కావాలని ఏం ఛానల్ పెట్టాలి అబ్బా? 'అని ఆలోచనలో పడింది వనజాక్షి. 'నేను ఛానల్ పెడితే మాత్రం వెరైటీ ఉండాలబ్బా'! అని మనసులో అనుకొని...

"ఏమండోయ్! మిమ్మల్నే" అని గట్టిగా బెడ్ రూమ్ లో ఉన్న భర్త ఆనందరావును పిలవగా...

నిద్రపోతున్న ఆనంద రావు ఒక్కసారిగా ఉలిక్కిపడి లేచి "ఏమైందే? ఏమైందే?" అని భయపడి పోగా" "అబ్బే ఏం లేదండి నేను కొత్తగా యూట్యూబ్ ఛానల్ పెట్టాలనుకుంటున్నాను కదా దాని గురించి మీరేమన్నా సలహా ఇస్తారని పిలిచా" అని నెత్తి గోక్కుంటూ వనజాక్షి తాపీగా చెప్పగా....

తన జీవితంలో ఆనందమే లేని ఆనందరావు నెత్తిలో అటువైపు, ఇటువైపు ఉన్న రెండు వెంట్రుకలను గట్టిగా పీక్కుంటుండగా "అదేంటండీ మీ నెత్తి మొత్తం ఇప్పటికే గుండు అయ్యింది. ఉన్న రెండెంటికలను ఎందుకలా పీక్కుంటున్నారు. ఐడియా ఉంటే చెప్పండి లేదంటే లేదు కానీ" అని వనజాక్షి నోటిలో అంటుండగానే

"చూడు వనజాక్షి మొన్నటికి మొన్న వాట్సాప్ వంటల గ్రూప్ అని పెట్టి అరటిపండు కూర, మిరపకాయ లడ్డులు అని నువ్వు చేసిన ఘోరాలకు మన ఇంటి అడ్రస్ కనుక్కొని మరి వచ్చి వాటన్నిటినీ మన చేత బలవంతంగా తినిపించి వారం రోజులపాటు ఆసుపత్రి పాలు చేసిన సంగతి మరిచితివా వంటలు రాని వనజాక్షి"

అంటూ ఆనందరావు గుర్తుచేయగా "అలాంటి చిన్న విషయాలన్నీ మనం గుర్తుపెట్టుకో వద్దండి. మీరు ముందు యూట్యూబ్ ఛానల్ పేరు చెప్పండి అని అనగా

"నా కర్మనే నా కర్మ" అంటూ తల బాదుకుంటూ చెప్పాగా

"ఇదేం పేరండి ఇలా పెడితే ఎవరైనా చూస్తారా? సరే ఇది కూడా లిస్టులో రాసుకుంటాలెండీ." అని చెప్తుంది సామాజిక మాధ్యమం పిచ్చిలో మునిగిపోయిన వనజాక్షి...

భార్య వనజాక్షి మాటకు ఏడవాలో, నవ్వాలో అర్థం కాక 'అసలు దీనితో ఈ ఫోన్ ని చూడడం యూట్యూబ్ ని చూడడం ఆపేది ఎలా అని నేను ఆలోచిస్తుంటే! మళ్ళీ యూట్యూబ్ ఛానల్ పెడతా అంటూ ఈ వనజాక్షి చేసే అరాచకాలు ,ఇక ఆ ఛానల్ పెడితే నా పని గోవిందా గోవిందే? దేవుడా! నా పేరులో ఉన్న ఆనందాన్ని నా జీవితంలో లేకుండా చేశావు కదా ఇదేం బాగోలేదు.' అని ఉబికి వస్తున్న బాధతో బెడ్ రూమ్ లోకి వచ్చాడు.

సోఫాలో కూర్చొని ఆలోచిస్తున్న వనజాక్షికి మనసులో ఒక ఆలోచన వస్తుంది. తన కోరికైన కొత్త వంటల యూట్యూబ్ ఛానల్ పెట్టాలని అనుకున్నదే తడవుగా మళ్లీ భర్త ఆనంద రావును లేపి

"ఏమండీ నేను ఒక వంటల ఛానల్ పెట్టబోతున్నాను." అనగానే ఒక్కసారిగా ఉలిక్కిపడిన ఆనందరావు!

" ఇప్పుడే చెప్పాను కదనే వంటలు రాని నువ్వు వంటల ఛానల్ పెట్టి ఏం చూపిస్తావే?" అనగానే గట్టిగా నవ్వి "ఆ సంగతి మీకు తెలుసు గాని ఇంకెవరికీ తెలియదుగా...." అని అతి తెలివితో చెప్పిన సమాధానం కి ఆనందరావు బిత్తర పోతాడు!

మర్నాడు "వనజాక్షి వంటల ప్రోగ్రాం" అని ఛానల్ పేరు పెట్టి మొదటి వంటల ప్రోగ్రాం స్టార్ట్ చేసి, "అందరికీ నమస్కారమని చెప్పి నేను చేసే ఈ ప్రోగ్రాం వెనుక

అభినందనలు మరియు అన్ని విధాల ప్రశంసలు, విమర్శలు బహుమతులు అన్ని మా వారికే అంటే నా పతి దేవునికే చెందుతాయని" చెప్పి "నా మొదటి వంట పేరు ఎప్పుడూ విననిది, ఎవ్వరూ చేయనిది సరికొత్త వంట అదే "మిరియాల కర్రీ". అని చెప్పగానే ఒక్కసారిగా "ఆనందరావు ఇదేం కర్రీ? మిరియాలతో ఎవరైనా కర్రీ చేస్తారా? అది తింటే మంటతో చచ్చి ఊరుకుంటారు కదానే! హ్యాపీగా ఉండక ఎందుకే నీకు ఈ లేనిపోని తంటాలు" అని ఆనందరావు అంటుండగా "ఏంటండీ మీరు? మిరియాల చారు,మిరియాల రసం ఎవరైనా చేస్తారు. అందులో నా గొప్పేముంది. మిరియాల కర్రీ చూడండి ఎంత కొత్తగా ఉంది పేరే! ఈ ఒక్క పేరుతో మిలియన్ వ్యూస్ వస్తాయి మన ఛానల్ కి" అని భర్తను బుకాయిస్తుంది. చేసేదేమీ లేక ఆనందరావు వీడియో తీసి అప్‌లోడ్ చేస్తాడు.

ఇక మర్నాడు ఉదయం ఆఫీస్ ముగియగానే ఇంటికి చేరుకున్న ఆనందరావుకు ఇల్లు మొత్తం జనంతో కిక్కిరిసి పోవడంతో 'ఏంటబ్బా ఇది? ఇంతమంది జనాలు మా ఇంట్లో ఏం చేస్తున్నారు.'

అని గబగబ జనాలను తోసుకుంటూ ఇంట్లోకి వచ్చి చూడగా వనజాక్షి తాపీగా కూర్చొని వారితో ముచ్చట్లు పెడుతూ ఆనందరావును చూసి "ఇదిగో మాటల్లోనే వచ్చేశారు. మా వారు మీ ప్రాబ్లమ్స్ అన్ని మా వారికే చెప్పండి. నేను ముందుగానే చెప్పాను. నేను చేసే ఈ వంటకు కర్త, కర్మ, క్రియ మా వారే అని..." అంటుండగానే ఈ మాట విన్న అక్కడ వాళ్ళందరూ "ఆనందరావు వచ్చాడు రోయ్ వేయండి రా తలా ఒక చెయ్యి" అని ఆనందరావును దెబ్బలతో వాయిస్తారు.

దెబ్బలతో లేవలేక లేస్తున్న భర్తను తన చేతితో లేపి సోఫాలో కూర్చుండబెట్టి నీళ్లు తీసుకొని వచ్చి "ఇదిగోండి తీసుకోండి నీళ్లు, బాగా దెబ్బలు తాకాయా అండి?" అనగానే "ఎవరే వాళ్లంతా? ఇలా కుమ్మేశారు?"

"వాళ్లంతా మనం నిన్న పెట్టిన వంట చూసి వాళ్లు కూడా చేసుకొని విరోచనాలతో విలపించి ఆస్పత్రి పాలైన బాధితులు అంటండి." అని అసలు విషయాన్ని మెల్లగా చెప్పింది.

"మరేం పర్వాలేదండి. ఈ ఒక్క వంటతో నా వంటల పోరాటం ఆగదు. నన్నెవరు ఆపలేరు. ఎవరు ఎన్ని దెబ్బలు మిమ్మల్ని కొట్టినా ఈ వంటల మహాసంగ్రామం ఆగదు గాక ఆగదు అంటూ" ఏదో గొప్ప మహాసంగ్రామం లో పాల్గొంటున్నట్టు వంటల పిచ్చి వనజాక్షి మరో సరికొత్త వంటతో వారి ముందుంటాను చూడండి. అని ఆవేశపు మాటలు చెప్తుండగా..

"వామ్మో మరో వంటనా? వంటల ఛానల్ పెట్టాలనే నీ చిన్న కోరిక నా చావుకు వచ్చిందే" అని కళ్ళు తేలేసి గిలగిలా కొట్టుకుంటూ కింద పడిపోయాడు. ఆనందరావు ఆనందం లేని ముఖంతో....

'ట్రంప్' కార్డ్

శింగరాజు శ్రీనివాసరావు

సకోలి పెండెం చాలా హడావుడిగా అటుయిటు తిరుగుతున్నాడు. అది ఆవేశమో, అసహనమో, ఆతురతో అతనికే అర్థంకావటం లేదు. తన చిరకాల వాంఛ నెరవేరబోతున్న సమయంలో ఉరుములేని పిడుగులా అధ్యక్షుడు వదిలిన పౌరసత్వ బాణం మేకులా గుండెలోకి దిగింది. ఇంకొక్క రెండునెలల తరువాత కనుక ఈ ముక్క బయటపెట్టి వుంటే సకోలికి ఈ మనోవేదన ఉండేది కాదు. ఇప్పుడు అతనికి వున్నది ఒక్క పదిరోజులు గడువు మాత్రమే. అతని భార్య వసుధకు ఏడవనెల గర్భం. పొట్ట పగులగొట్టుకుని రాలిన ముక్కలను కుండలో పెట్టి తరువాత పెంచడానికి ఇది మహాభారత కాలము కాదు, అతని భార్య గాంధారి కాదు. ముక్కలను కాపాడడానికి వ్యాసుడు లేరు. ఇప్పుడంతా సిజేరియన్ల చిరుతలే.

అసలు ఇంతకు ఈ గందరగోళానికి కారణం ఏమిటంటే.. కొత్తగా అధ్యక్షపదవి చేబట్టి రోజుకో బీభత్సమైన నియమాన్ని వలస ప్రజల మీద రుద్దుతున్న ట్రంపుగారి నిర్వాకమే. వస్తూ వస్తూనే అమెరికా పౌరసత్వం మీద ఉక్కు పిడికిలి మోపాడు. "వచ్చే నెల ఏడవ తేది తరువాత, పరాయి దేశస్థులు ఎవరైనా అమెరికాలో ప్రసవిస్తే, పుట్టిన బిడ్డలకు వారి తల్లిదండ్రుల దేశ పౌరసత్వం తప్ప అమెరికా పౌరసత్వం రాదు. ఇది శాసనం.."అని పెట్టుడు పళ్ళు ఇకిలించుకుంటూ ప్రకటన చేశారు ట్రంపుగారు తన కంపు నోటితో (మనకు నచ్చని పనులు ఎవరైనా చేస్తుంటే మన కసి ఇలాగే ఉంటుంది మరి). ఈ ప్రకటన అమెరికా వారికి ఆనందాన్ని ఇచ్చినా, మనవారికి మాత్రం వేపపూత ఎక్కువగా వేసిన ఉగాది పచ్చడంత చేదుగా వినిపించింది. అమెరికాలో ఉండాలనుకునే ఆశను రెప్పల వెనుక దాచుకుని నిద్రించే మన సకోలి పెండెంకు ఇది కంటిలో పడిన ఇసుకరేణువు అయింది.

"పెండెం...ఏం చేస్తున్నావు అక్కడ?" లోపలి నుంచి అరిచింది వసుధ పెండెం.

"ఏం చెయ్యాలో అర్థంగాక మెంటలెక్కి తిరుగుతున్నాను" అంటూ లోపలికి వచ్చాడు సకోలి.

"ఇలా తిరుగుతుంటే మోకాలి గుజ్జు అరగడం తప్ప ప్రయోజనం ఉండదు. మన కొలీగ్ జనీలా నిన్ననే కదా డాక్టరును కలిసి కడుపు కోయించుకుని బిడ్డను బయట వేసుకుంది. నువ్వు కూడ వెళ్ళి ఆ డాక్టరును కలిసి మన విషయం చెప్పు"

"ఆ...అదీ అయింది. జనీలాకు ఎనిమిది నెలలు నిండాయి కనుక ఎలాగోలా మేనేజి చెయ్యొచ్చని చెప్పాడు. నీకింకా ఏడో నెలే కదా.. అలా చేస్తే తన వృత్తికే ఇబ్బందని అన్నాడు"

"అలా నోటి మాటలతో అడిగితే వీలుకాదనే చెబుతారు. కాస్త మన బుర్ర వాడి పని అయేలా చూడండి. ఆ డాక్టరు గారు కూడ మన భారతీయుడేనటగా" అన్న వసుధ మాట సకోలిలో కొత్త పథకాలకు తెరలేపింది.

***

“డాక్టరుగారు...మీరలా బ్యాటుతో దోమలను కొట్టినట్టు, మీ మాటలతో నా ఆశల మీద కొట్టకండి. ‘మీది తెనాలే...మాది తెనాలే’ అన్నట్లు, మనిద్దరిది భారతదేశమే కదా డాక్టరుగారు. కొంచెం పాజిటివ్ గా స్పందించండి" కాళ్ళమీద పడినంత పనిచేశాడు సకోలి.

"చూడండి సకోలి గారు...ఏడునెలల గర్భవతికి ఆపరేషను చేసి బిడ్డను తీయడమంటే అది ఇల్లీగల్ అవుతుంది. నేను ఆ పని చెయ్యను" అన్నాడు డాక్టరు పరాంకుశం.

"పోనీ ఇల్లీగల్ నుంచి ‘ఇ’ తీసెయ్యాలంటే ఎంత ఖర్చువుతుంది" అడిగాడు సకోలి.

"అదేమిటండి...ఇ...తీసెయ్యడమేమిటి?"

"అదే డాక్టరు గారు...ఇల్లీగల్ ను, లీగల్ చేయాలంటే తైలమెంత కావాలి అని. పదా, పదిహేనా, ఇరవైనా..." కళ్ళు ఎగరేశాడు సకోలి.

"హలో...పెండెం. ఇది మన ఊరుకాదు..అమెరికా. నేను కనుక మీరు చెప్పినట్టు 'ఇ' తీసివేస్తే, నాకు లైసెన్సు రద్దుచేసి నన్ను 'ఇ' కి..అదే ఇండియాకు పంపిస్తారు. ఈ పని నావల్ల కాదండి"

"గోవిందుడే వల్లకాదంటే నా పని గోవిందా అవుతుంది సర్... ప్లీజ్...ప్లీజ్"

"సబ్బు రుద్దకు. అయినా ఇంత అమెరికా పిచ్చేమిటయ్యా నీకు"

"పిచ్చికాదు డాక్టర్...జీవితాశయం. నా బిడ్డకు అమెరికా పౌరసత్వం వస్తే, వాడి తోక పట్టుకుని మేము కూడ పౌరసత్వం తెచ్చుకోవచ్చని ఆశ"

"నీ ఆశ నా పీకల మీదకు వచ్చేలాగుంది. ఒకవేళ బిడ్డకుగాని, తల్లికిగాని ఏదయినా సమస్య వస్తే..."

"చచ్చినా రాదు. మా వంశంలో అందరూ నెలలు నిండకుండా పుట్టిన పిడుగులమే. నాది బక్కబాడి అయితే మా ఆవిడది ఉక్కుబాడి..మీకేం భయంలేదు..ఒప్పుకోండి డాక్టర్"

"సరేనయ్యా, నువ్వింతగా దేబిరిస్తున్నావు కనుకను, ప్రాంతీయాభిమానంతోను, నీ పూచీకత్తు తీసుకుని ఆపరేషను చేస్తాను...ఓకెనా"

"పూచీకత్తో, ధరావత్తో, ఏదో ఒకటి తీసుకుని ఆపరేషను చేసి నా ఆశకు ప్రాణం పోయండి డాక్టర్" అంటూ కాళ్ళమీద పడబోయాడు.

"ఆగవయ్యా...ఆగు...ముందు వెళ్ళి మీ ఆవిడను తీసుకురా" అనగానే, తోక తెగిన గాలిపటంలా రివ్వున వెళ్ళిపోయాడు సకోలి. 'వీడి పిచ్చి పీక్స్ కు వెళ్ళినట్టుంది. కాదంటే ఇక్కడే ఆమరణ నిరాహార దీక్ష చేసేలా ఉన్నాడు. ఎలాగోలా పని కానిస్తే సరి' అనుకున్నాడు పరాంకుశం.

***

ఆపరేషను విజయవంతమై మగబిడ్డ భూమి మీద పడగానే తండ్రి కోరిక మేరకు, తాత పేరు "భజగోవిందం" ను తన కొడుకుకు పెట్టి బర్త్ సర్టిఫికేటుకు దరఖాస్తు చేశాడు మన సకోలి పెండెం ఉరఫ్ సహస్ర కోటి లింగం పెండెం.

"వసుధ...మన అమెరికా భజగోవిందానివన్నీ మా నాన్న పోలికలే కదూ" బాబును ఆడిస్తూ అన్నాడు సకోలి.

"కొడుకుకు అమెరికా పౌరసత్వం రావడం కాదు గానీ, అయ్యగారి ఆనందాన్ని పట్టలేక పోతున్నాం" మురుసుకుంది వసుధ.

"అందుకేగా...పబ్జి గేమును వదలని ఫోనుమార్కుడిలా ప్రయత్నం చేసింది" టీషర్టు కాలరును పైకెత్తాడు సకోలి.

"అదేంటి కొత్తగా...పట్టువదలని విక్రమార్కుడు అని కదా అంటారు" అనుమానంగా అడిగింది.

"అమెరికా అబ్బాయి తండ్రిని. ఇంకా పాత సామెతలేనా. ట్రెండీగా ఉండొద్దు" అని నవ్వాడు సకోలి.

ఇంతలో కాలింగ్ బెల్ మ్రోగింది. వాకిలి వద్ద పడేసి వున్న కవరును తీసుకుని చింపి చూసింది వసుధ. అంతే..ఆమె గుండె ఆగినంత పనయింది. ఆమె నిర్ఘాంతపోతూ లెటరును సకోలికి ఇచ్చింది.

లెటరు చదువుతున్న సకోలి ముఖంలో రంగులు మారాయి.

"మీరు మీ బిడ్డకు అమెరికా పౌరసత్వం కోసం చేసిన దరఖాస్తు తిరస్కరించడమైనది. అధ్యక్షుని కొత్త ఆర్డరు ప్రకారం.. 'గత రెండు నెలల కాలంలో ఎవరైతే అమెరికా పౌరసత్వం లేకుండా ఆపరేషను ద్వారా బిడ్డలను కంటారో, వారు వారి పిల్లలకు అమెరికన్ల పేరు పెట్టి వుండాలి. అప్పుడే ఆ బిడ్డకు మా దేశ పౌరసత్వం లభిస్తుంది. ఎవరైనా అలా కాకుండా వారి దేశ సంప్రదాయపు పేరు పెట్టివుంటే, వారికి మా దేశం మీద మమకారం లేదని నిర్ధారించి, వారికి అమెరికా పౌరసత్వం

ఇవ్వరు'..ఈ నియమం ప్రకారం మీ 'భజగోవిందం పెండెం' కు అమెరికా పౌరసత్వం తిరస్కరించడమైనది. ఇప్పుడు మీరు పేరు మార్చినా అమెరికా పౌరసత్వం రాదు. అలా చేస్తే మీకు వీసా రద్దుతోపాటు, లక్ష డాలర్ల జరిమానా కూడ విధించబడుతుంది" అని అచ్చమైన ఆంగ్లంలో వ్రాసి వుంది. అంతే.. అక్కడే కుప్పలా కూలిపోయాడు సకోలి పెండెం ఉరఫ్ సహస్ర కోటి లింగం పెండెం. ఈ దిక్కుమాలిన రూలు ఏమిటో తల బద్దలు కొట్టుకున్నా అర్థంకాలేదు అతనికి.

పిచ్చికే పిచ్చెక్కిచ్చేటంత మేధావి అయిన ట్రంప్ వదలుతున్న "ట్రంపుకార్డులు" అక్కడి వలసదారులను ఇంకెన్ని ఇబ్బందులకు గురిచేస్తాయో, సకోలికే కాదు ఏ లింగానికి అర్థంకావడం లేదు. మరి 'ట్రంపా మజాకా....'

భార్యతో రహస్య ఒప్పందము

ఎం.వి.చంద్రశేఖరరావు

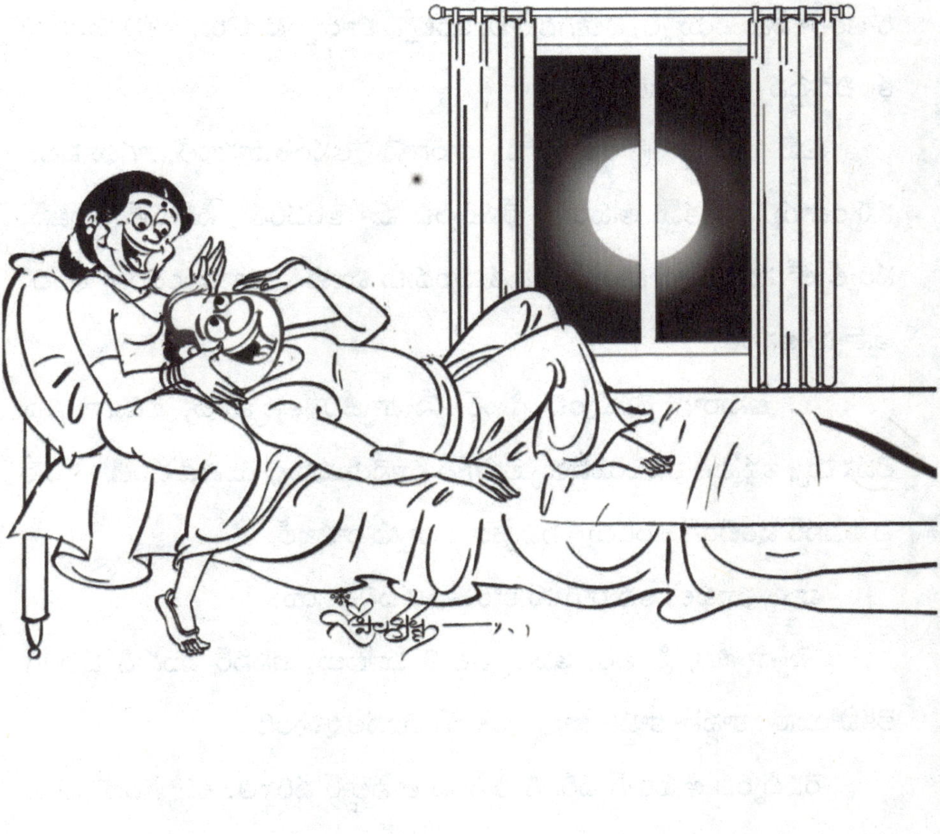

హైట్స్ గేటెడ్ కమ్యూనిటి... హైదరాబాద్...

సాయంత్రం ఆరుగంటలు.అనురాగ్ ఈవెనింగ్ వాక్ కు పదోఅంతస్థు నుంచి లిఫ్ట్ లో

కిందకు వస్తున్నాడు. అతని మనసంతా మూగవేదనతో నిండి వుంది.

అనురాగ్ ప్రభుత్వ వుద్యోగానికి రిటైర్ మెంట్ ప్రాప్తించే రోజు రేపే. రేపట్నించి రోజంతా ఏమి చెయ్యాలీ, ఎలాగడపాలీ, ఇంట్లోనే కూర్చుంటే బోరు, అతని మనసుని కలచివేస్తున్న సమస్య ఇది.

లిఫ్ట్ నుంచి గ్రౌండ్ లోకి రాంగానే అనంత్,రాహుల్,నాగభూషణం కన్పించారు."వెల్ కమ్ అనురాగ్, రేపట్నించి మా అందరితో, సీనియర్ సిటిజన్స్ సర్కిల్ లో నువ్వుకూడ జాయిన్ అవుతున్నందుకు మాకు చాలా ఆనందంగా ఉంది" అన్నాడు అనంత్.

"ఓ అనురాగ్ రేపట్నించి ఫ్రీబర్డ్, స్వేచ్ఛాజీవి అన్నమాట, లేటుగా నిద్ర లేవవచ్చు, ఇష్టమైతే పనిచేయవచ్చు లేకపోతే మానేయవచ్చు, మొగుడి షంటిగ్ అంటే పై ఆఫీసర్ షంటింగ్ ఉండదు " నవ్వుతూ అన్నాడు రాహుల్.

వాళ్ళ మాటలు అనురాగ్ కు కొంత ఊరటనిచ్చాయి.

"స్వేచ్ఛాజీవి, ఫ్రీ బర్డ్, ఇవన్ని ఉత్తుత్తి మాటలు, ఆఫీసర్ మొగుడి షటింగ్ లేకపోయినా, కాప్టన్స్ కాప్టన్ భార్య షంటింగ్ మొదలవుతుంది.

రేపట్నించి అనురాగ్ పరిస్థితి తీసేసిన తాసిల్దార్ పరిస్థితి. ఉద్యోగంలో ఉంటే నెల, నెల జీతం వస్తుంది కనుక మన మాటకు గౌరవం, విలువ ఉంటుంది .రేపట్నించి

, అలా ఉరికే కూర్చోకపోతే ఈపని చెయ్యండి, ఆ పని చెయ్యండీ, అని భార్య షంటింగ్ మొదలవుతుంది, ఏపని చెయ్యాలన్నా భార్య వేసే ఎందుకు, ఏమిటి ప్రశ్నలకు సంజాయిషి ఇవ్వాలీ" ఇంట్లో తన భార్య సుర్యాకాంతం ను తలచుకుంటు చెప్పాడు నాగభూషణం.

"అవన్నీ భార్యా బాధితుల పాట్లు, నువ్వు నమ్మకు" నవ్వుతూ అన్నాడు అనంత్.

ఆ మాటలన్నీ విని , తన భార్య అర్చనాను వీలైనంత సామరస్యంగా,బుజ్జగించి లాలించి తనదారిలోకి తెచ్చుకోవాలనుకున్నాడు అనురాగ్.

***

రాత్రి పదిగంటల సమయము. "అర్చన, నలభై సంవత్సరాలు ఉద్యోగం చేసి, ఏ పనీ లేకుండా, రేపటి నుంచి, ఇంట్లో కూర్చోవాలంటే, చాలా బోర్ కొడుతుందేమో" అన్నాడు

అనురాగ్,భార్యవడిలో తలపెట్టుకొని,పడుకొని,లాలింపుగా. "ఏమీ బోర్ కొట్టదు, పెళ్ళైన దగ్గర నుంచి, నేను ఇంట్లోనే ఉండటం లేదా, నేను బీటెక్ చదివాను. పెళ్ళయ్యే నాటికి ఉద్యోగం కూడా చేశాను. కానీ పిల్లల కోసం ఉద్యోగానికి రిజైన్ చేసి సర్దుకుపోలా, నాకిప్పటికీ బాధగానే ఉంటుంది, మీరు ఇంకా నలభై ఏళ్ళు సక్సెస్ ఫుల్ గా ఉద్యోగం చేసి ,పదవీ విరమణ చేస్తున్నారు"అని ఊరడించింది, భార్య అర్చన.

"నువ్వంటే వంట ఇంటి సామ్రాజ్ఞివి, ఆ పనిలో, నీకు అసలు టైమే తెలియదు"అన్నాడు, అనురాగ్.

"వంటఇంటి సామ్రాజ్ఞిని, అయినా, స్టీలుగిన్నెలన్నింటి పైనా, మీ పేరేగా"అక్కసుగా అంది, అర్చన.

"అదిగాదోయ్, రేపటి నుంచి టైమ్ పాస్ అయ్యే మార్గం చెప్పు," గోముగా, అడిగాడు, భర్త అనురాగ్.

"నలభైఏళ్ళుగా, మీకు నేను సేవలు చేస్తున్నాను, ఇప్పుడు మీరు నాకు సాయం

చెయ్యండి, పొద్దున్నే, నేను లేచేటప్పటికి, కాఫీ కలపండి, అలానే, సాయంత్రం టీ కలపండి, ఇలా చిన్న, చిన్న ఇంటిపనులు చేస్తుంటే, అసలు టైమే తెలియదు"అంది అర్చన.

"ఓకే, డియర్, మాగ్జిమమ్ హెల్పు చేస్తాను, దానివల్ల నాకు టైమ్ పాస్ అవుతుంది, నీకు హెల్ప్ చేసినట్లుగా ఉంటుంది"ఆనందంగా అన్నాడు, అనురాగ్.

***

ఉదయం ఆరు గంటలకే నిద్రలేచాడు,అనురాగ్.

"సగం, సగం, నీవో సగం, నేనో సగం"అని పాడుకుంటూ, స్టవ్ మీద పాలు పడేశాడు, కాఫీ కలుపుకొని, అర్చనకు కూడా కలిపాడు.

అర్చన నిద్రలేచి, "చాలాబాగా కలిపారు,కాఫీ,ఆ చేత్తోనే, ఈ అరటికాయలు, దోసకాయలు తరగండి"అని కత్తిపీట, అరటికాయలు , దోస కాయలు ఇచ్చింది.

"అసలు నాది అర్ధనారీశ్వర తత్వము. సగంసగం సమానం నా సిద్ధాంతము"అంటూ వంటింటిలో, భార్యామణికి సహాయంచేసి,హాలులోకి వచ్చేసరికి ఎనిమిదయ్యింది. అప్పటికే, రంగప్రవేశం చేసిన, మనవళ్ళు, ఇల్లంతా,ఆగమాగం చేశారు.సోఫా నుంచి దిళ్ళులాగేశారు, ఇంట్లోని వస్తువులన్నీ చిందరవందర చేసేసారు,అవన్నీ సర్దేటప్పటికి, పదిగంటలు కొట్టింది.

"ఏరోజూ పట్టించుకోలేదుగానీ, ఇంట్లో చాలాపని ఉంటుంది. ముఖ్యంగా పిల్లలు ఉంటే, మరీ పని ఎక్కువ. కొడుకు, కోడలు ఉద్యోగాలు చెయ్యాలంటే, తల్లిదండ్రులు సహాయం చెయ్యాలికదా" అని మనసులో అనుకున్నాడు.

ఈ లోపల మనవళ్ళు బెడ్ రూమ్ లో పుస్తకాలన్నీ ,తీసి ఇల్లంతా పరిచారు. కాగితాలు చింపిపోసారు. మంచం మీద దుప్పట్లు,దిండ్లు ఎత్తెత్తికొట్టారు.అవన్నీ సర్దేటప్పటికి, తలప్రాణం తోకకు వచ్చింది, అనురాగ్ కు.

***

రోజూ ఉదయం ఆరుగంటలకే నిద్ర లేవటం, పాల ప్యాకెట్లు తేవటం,పాలు కాచటం, ఏడుగంటలకు వాషింగ్ మెషిన్ వెయ్యటం, ఎనిమిది గంటలకు పనిమనిషి కడిగిన గిన్నెలు లోపల పెట్టడం,కాఫీ పెట్టడం,కూరగాయలు తరిగి ఇవ్వటం, సాయంత్రం టీ పెట్టడం, ఆరిన బట్టలు మడతలు పెట్టడం, ఇలా వారం రోజులు గడిచింది.

ఓ రోజు సాయంత్రం

అర్చన ఒడిలో తలపెట్టుకొని పడుకొని ఉండగా,"అనురాగ్,నీలా ఇంటిపనిలో, వంటపనిలో ఇంతలా సాయంచేసే వాళ్ళను నేనెక్కడా చూడలేదు" మురిపెంగా అంది అర్చన.

"నేను రిటైర్ అయ్యాను. నిన్నటి దాకా ఆఫీసువుంది , కనుక టైమ్ పాస్ అయ్యేది. మరి ఇప్పుడో, నీకు సాయం చేస్తే బాగుంటుంది. నా సగం, సగం సమానం సిద్ధాంతం ఇప్పటికైనా, అమలు చేసినట్లు ఉంటుంది. అయినా మన ఇంట్లోపని మనం చేసుకోవడంలో తప్పేముంది. నా దృష్టిలో ఆడవాళ్ళు చేసే పని, మగవాళ్ళు చేసే పని అని తేడాలుండవు.ఎవరి వీలును బట్టి వాళ్ళు ఇంటిపని చెయ్యడమే కరెక్ట్"అన్నాడు అనురాగ్.

"నీమంచి మనసుకు చాలా థాంక్స్ డియర్" అని మెచ్చుకుంది, అర్చన. ఇలా,నెల రోజులు గడిచింది.

***

ఓరోజు, సాయంత్రం భార్యవడిలో తలపెట్టుకొని పడుకొని,"అర్చనా,ఈ నెల రోజులు, ఇంటి పని చేసేటప్పటికి,తల ప్రాణం తోకలోకి వచ్చింది.ఇంత ఇంటిపని చేయటం నావల్లకాదు.ఉద్యోగంలో ఉన్నంతకాలంఎనిమిందిటికి లేచి,చిక్కడపల్లి మీంచి,సికింద్రాబాద్ మీంచి కారులో షికారు కు వెడుతూ, ఆఫీసుకు వెళ్ళేవాడిని.హాయిగా తిరిగే వాడిని.ఇప్పుడు వంట ఇల్లు చిక్కడపల్లి, ముందుహాలు

సికింద్రాబాద్ స్టేషన్ లా అయ్యింది.ఇల్లంతా సర్ది,ముందు హాలుకొచ్చేసరికి, ఏం పని చేస్తున్నానో గుర్తుకు రావడంలేదు" అన్నాడు అనురాగ్.

దానికి, అర్చన నవ్వుతూ, "మరి తోచట్లేదు అని మీరే అన్నారుగా. ప్రతిరోజు,మీరు ఆఫీసుకు వెళ్ళాక, జీతం బత్తెం లేకుండా, బీటెక్ చదివి, నేను ఎంతపని చేస్తానో, అర్థమయ్యిందా" అంది నవ్వుతూ.

దానికి అనురాగ్, "ఇకనుంచి ఇంటర్నల్ మాటర్స్ నువ్వుచూడు, ఎక్స్ట్రనల్ ఎఫైర్స్ నేను చూస్తాను"అన్నాడు.

"అంటే, ఏమిటీ"అంది అర్చన నవ్వుతూ.

"ఇంటిపనులు, ఇల్లు మానేజ్ మెంట్ లాంటి చిన్న, చిన్న పనులు, నువ్వు చూడు, రష్యా-ఉక్రెయిన్ యుద్ధము, ఫలితాలు, భారత ఆర్థిక వ్యవస్థ, ఇండియా-పాకిస్తాన్ క్రికెట్ మ్యాచ్ లాంటి, కష్టమైన ఎక్స్టనల్ ఎఫైర్స్ లాంటి పనులు అన్నీ, నేను చూస్తాను. భర్త అనగా బయట తిరిగి అన్ని పనులు చేసేవాడు, భార్య అనగా ఇంట్లో వుండి ఇంటిని చక్కదిద్దే వ్యక్తి, ఇంటికి దీపం ఇల్లాలే అన్నారు మన కవులు"అన్నాడు అనురాగ్ గోముగా.

భార్య అర్చన ఆ మాటలు విని, పక..పకనవ్వి"విశ్రాంత జీవనమంటే విశ్రాంతిగా ఉండటం. అనవసరంగా రష్యా,ఉక్రెయిన్ యుద్ధం గురించి ఆలోచించి, ఆరోగ్యం పాడు చేసుకోకండీ, అదంతా పుతిన్,జెలస్కి, సమస్య.అవన్ని చూడటానికి మధ్యవర్తి అమెరికా ట్రంప్ ఉన్నాడు.ఐక్యరాజ్య సమితి ఉంది.

అలాగే,ఇండియా-పాకిస్తాన్ క్రికెట్ మ్యాచ్ చూసి టెన్షన్ పడి బీపీ పెంచుకోకండి.ఇక భారత ఆర్థికవ్యవస్థ అంటారా, ప్రపంచంలోనే మూడోస్థానానికి చేరుకొంటోంది, దాని గురించి అస్సలు ఆలోచించకండీ, దానికి మోడీగారు ఉన్నారు.

మీకోసం,మీ పిల్లల కోసం మీతో సమానంగా చదువు చదివి కూడా, ఇంటికే పరిమితమయ్యాను నేను.నా కోసం పదవీ విరమణ తర్వాత అయినా ఈ చిన్న సాయం చెయ్యలేరా?

ఇప్పట్లాగే నాకు ఇంట్లో సాయంగా చిన్న చిన్న పనులు అంటే బట్టలు వాషింగ్ మెషిన్ లో వేయడం,ఆరేయడం, కాఫీ,టీ పెట్టడం , కూరలు తరిగి ఇవ్వడం లాంటి చిన్న చిన్నపనులు చేయండీ,చాలు. మీకు టైం పాస్ అవుతుంది, నాకు సాయం చేసినట్లు వుంటుంది, భరించేవాడే భర్త"అంది.

అదిగో అనురాగ్, బాల్కనిలో "నీవో సగం,నేనో సగం,సగాలు రెండు ఒకటైతే,జగానికే ఒక నిండుతనం"అని బట్టలు ఆరేస్తు,భార్యకు సహాయం చేస్తున్నాడు, నాగభూషణం కన్నా తనే బెటర్ అనుకుంటూ.

చీరకట్టి సింగారించి

సింహాద్రి నాగ శిరీష

స్నేహితుడి పెళ్లిలో తీరైన కట్టు బొట్టు, తలనిండా పూలతో తెలుగుతనం ఉట్టి పడేలా ఉన్న మంగ తాయారు చూసి మనసు పారేసుకున్నాడు బంగార్రావు. ఎప్పటికైనా బాపు బొమ్మలాంటి అందాలరాశిని పెళ్ళి చేసుకోవాలని అతని కల. సరిగ్గా అలాంటి అమ్మాయే కనబడటంతో అరక్షణం ఆలస్యం చేయకుండా, తాయారు వివరాలన్నీ సేకరించాడు. అమ్మా నాన్నలను తొందరపెట్టి , పేరయ్య గారి కాళ్ళా వేళ్ళ పడి, ఇరు వర్గాల ఆశీర్వాదంతో ఓ శుభ ముహూర్తాన పీపీపీ డుం డుం డుం....

పెళ్ళై రెండు నెలలు కూడా తిరక్కుండానే బంగార్రావుకి చాలా దూరం ట్రాన్స్ఫర్ అయింది. దాంతో కొత్తగూటికి మకాం మార్చేశారు కొత్త దంపతులు. ఆఫీసు అయిపోగానే, ఒకరోజు పార్క్, మరోరోజు సినిమా, ఇంకోరోజు హోటల్.. అంటూ రోజుకో రీతిలో షికార్లు చేస్తూ, అక్కడి ప్రేమ పక్షులకు గట్టి పోటీ ఇచ్చేవారు తాయారు బంగారు. అలా అలా ఆనంద డోలికల్లో ఓలలాడిపోతుండగా.. చూస్తుండగానే సంవత్సరకాలం ఆట్టే గడిచిపోయింది.

ఓ శుభదినాన అందరి ముచ్చట కూడా తీరిపోయింది. తాయారు శుభవార్త చెప్పనే చెప్పింది. అందరూ ఎంతగానో సంతోషించారు. అమ్మాయిని పుట్టింటికి పంపమని తాయారు తల్లి ఒకటే గొడవ. కానీ తాయారును వదిలి ఉండలేనని, కనీసం ఇంకొంత కాలం తనతోనే ఉండనిమ్మని బంగార్రావు బ్రతిమాలటంతో, అతని ప్రేమకు మురిసిపోయి,'సరే' కానిమ్మన్నారు అంతా. ఓపక్క భార్య గర్భవతిగా ఉందన్న ఆనందం, మరోపక్క ఎప్పటిలా తనతో షికారుకు రాలేకపోతోందనే ఆక్రోశం.

అంతేకాకుండా పాపం బంగార్రావును పట్టించుకునే తీరికా, ఓపికా లేకపోయింది తాయారుకి. మొదటిసారి తల్లి కాబోతోంది గదా అని సరిపెట్టుకోక తప్పలేదు బంగార్రావుకి.అంతటితో ఆగితే బాగానే ఉండేది, కానీ చీరకట్టు స్థానే నైటీలు, గౌనులు వచ్చి చేరాయి. అది మాత్రం మింగుడు పడలేదు బంగార్రావుకు.

"అప్పటికీ... అబ్బాయికి నైటీలంటేనే పరమ అసహ్యం. నువ్వు చూడబోతే ఆ నైటీలు తప్ప వెయ్యవు. నువ్వేదో కట్టక కట్టక చీర కట్టటం, ఆ అబ్బాయి కంట పడటం, ఈ సంబంధం ఖాయం కావటం ...అంతా ఓ కలలా ఐపోయింది. అక్కడ కొంతకాలం ఎలాగో చీరలతో గడిపెయ్యవే, ఒక్కసారి పిల్లో పీచో కడుపున పడ్డాక నీ ఇష్టం" అంటూ తాయారుకి హితబోధ చేస్తూనే, చీరకట్టు కూడా నేర్పించింది తల్లి.

బంగార్రావు ఆఫీసుకి వెళ్ళాక నైటీలో, అతను వచ్చేముందు చీరలతో అతి కష్టం మీద మేనేజ్ చేసింది తాయారు . కానీ ఇప్పుడిక తనదేగా రాజ్యం. కిక్కురుమనలేకపోయాడు బంగార్రావు. ఆ నిస్పృహలోంచి తేరుకునే లోపే, మొదటి మూడునెలలు గడిచిపోవటమూ, తాయారు పుట్టింటికి చేరిపోవటమూ జరిగిపోయాయి. మొత్తానికి ఓ శుభదినాన , బంగారంలాంటి ఆడపిల్లకి జన్మనిచ్చింది తాయారు. చంటిదానికి సంవత్సరం నిండేదాకా అటు అమ్మో, ఇటు అత్తో ఎవరో ఒకరు వంతులు వేసుకుని మరీ తాయారుకు సాయంగా ఉన్నారు. పిల్ల మొదటి పుట్టినరోజు కూడా ఆర్భాటంగా జరిగాక,

'ఇక మీ తిప్పలు మీరు పడండర్రా... మేము చేయవలసిందంతా చేసేశాము' అని చెప్పి నవ్వుతూ వెళ్ళిపోయారు పెద్దవాళ్ళు.

ఇవాళైనా చీర కడుతుంది, రేపైనా చీర కడుతుంది అని ఎదురుచూసే బంగార్రావుకు ఏరోజుకారోజు నిరాశే ఎదురుకాసాగింది. అప్పటికీ ధైర్యం చేసి ఓ రెండు మూడు సార్లు ఆ విషయమే ప్రస్తావించాడు... కానీ చీర మాట ఎత్తితే చాలు క్లోజప్ టూత్ పేస్ట్ మోడల్లా పళ్ళు ఇకిలించి సరిపెట్టేది తాయారు.

ఓరోజు ఆఫీసు నుండి కాళ్ళీడ్చుకుంటూ వచ్చాడు బంగా[రావ్. తాను వచ్చిన విషయం తాయారుకి తెలిసేందుకుగాను గేటును కావాలనే పెద్దశబ్దం అయ్యేలా తెరిచాడు. ఈ వేళైనా తన అందాలరాశి తాయారు చీరలో కనిపిస్తుందేమోనని ఆశ. నెమ్మదిగా కాలింగ్‌బెల్ నొక్కాడు. అలా నొక్కిన చాలా సేపటికి గానీ తలుపు తెరుచుకోలేదు. అంత ఆలస్యం అయిందంటే, తాయారు ఈవేళ కచ్చితంగా చీర కట్టుకునే ఉంటుందని అతని మనసు చెప్పగా, ఉబ్బితబ్బిబ్బయ్యాడు. కానీ అందుకు పూర్తిగా భిన్నంగా ఎదురుగా వచ్చి నిలబడింది తాయారు. పైనించీ కింద దాకా శరీరంలో అవయవాలు అసలు ఉన్నాయా లేవా అన్నట్టు పేద్ద గోతాం ఒకటి ధరించి, పట్టుకుచ్చులా నిగనిగలాడుతూ తనతో దోబూచులాడుతున్నాయా అన్నట్లుండాల్సిన ఆ కురులు, సరైన పోషణ లేక అస్తవ్యస్తంగా ముఖం కూడా సరిగా కనబడనీయకుండా పరచుకుని , ఊగులాడుతున్న శరీరంతో, ని[దకు ముఖం వాచినట్లుగా, మూతలు పడుతున్న కళ్ళతో ఉన్న తాయారును చూసేసరికి ఏడుపు తన్నుకొచ్చింది బంగా[రావుకి.

''ఛీఛీ! ఆ వాలకం చూడు. అసలు నా ఇంటిదానిలా ఉన్నవా.. అచ్చు పనిమనిషిలా ఉన్నావ్'' అన్నాడు బంగా[రావ్ ఆ[కోశిస్తూ.

గు[రుగా చూసి, విసవిసా వెళ్ళిపోయింది తాయారు.

ఆ రోజు నుంచి ఎడమొహం పెడమొహంగా ... మరింత గడ్డుగా మారాయి రోజులు. ఇక తప్పక బంగా[రావే కాళ్ళ బేరానికొచ్చాడు.

''తాయారూ! నేనన్న మాటలకి ఫీలయ్యావా. నైటీలు వేసుకునే ఆడవాళ్ళని నేను ఎప్పుడూ కామెంట్ చేస్తాను. అలాంటిది నువ్వే వేసుకుంటే ఎలాగూ'' అన్నాడు అమాయకంగా.

'ఉదయం నుంచి చేసిన పని చేసినట్టే ఉన్నాను. అస్సలు నడుం వాల్చిందే లేదు తెలుసా? మీరు ఆఫీసుకు వెళ్ళారో లేదో, చంటిది లేచి కూర్చుంది. అక్కడి నుంచి నా

పాట్లు ఏమని చెప్పమంటారు. ఒక్కపని చేసుకోనివ్వదు. కనీసం స్నానం కూడా చేయలేదు. పనులన్నీ చక్కబెట్టుకోవటంతోనే సరిపోయింది. ఇంత పని చేస్తే మీరు నాకిచ్చిన బిరుదు "పనిమనిషి" అంటూ ముక్కుచీదింది తాయారు.

"అది కాదు తాయారూ! కాస్త నా పరిస్థితి కూడా అర్థం చేసుకోవాలి కదా! ఆఫీసు నుంచి అలసిపోయి వస్తాను కదా! చక్కగా చీరెలో ముస్తాబయి ఎదురొస్తావని ఆశ ఉంటుంది కదా" దీర్ఘం తీశాడు.

'అక్కడే నాకు ఒళ్ళుమండేది. ఇల్లు కాలి ఒకడేడుస్తుంటే, చుట్ట వెలిగించుకోవటానికి నిప్పు అడిగాడట మీలాంటి తలతిక్కోడు' అంది అంతెత్తున లేస్తూ.

"నన్ను తలతిక్కోడంటావా" నొసలు చిట్లించాడు బంగార్రావ్.

'అవును మరి. చాకిరీ చేయలేక ఛస్తున్నా మొర్రో అంటే, చీరకట్టి సింగారించమంటారేంటి '

ఇక వాదించి లాభం లేదనుకుని, నెమ్మదిగా పక్కకు జరిగి..," నిన్ను మొదటిసారి వరించింది ఆ చీరె కట్టులో చూసే.. నాకు చీరలంటే మహా ఇష్టం. కానీ నువ్వు చూడబోతే, అసలు చీరలేమానేశావు. ఇంట్లో ఆ బొంతలు, బైటకెళితే చుడీదార్లు" గోడు వెళ్ళబోసుకున్నాడు బంగార్రావు.

'నైటీ గురించి మీకేం తెలుసు. నైటీలో ఉన్న సుఖమే వేరండీ.. అసలు నైటీ డిజైన్ చేసినవాడి ఫొటో పెట్టుకు పూజించాలి తెలుసా...' అంటూ తన్మయత్వంతో చెప్పుకుపోతోంది తాయారు.

"కనీసం నాకోసం ఒక్క ఆదివారం కట్టుకోవే..."

'నావల్ల కాదు బాబోయ్. నన్నొదిలెయ్..'

"అంటే మొగుడి మాటంటే నీకు అస్సలు లెక్కలేదా...?"

'మీరేమో సుఖంగా ఆ పొట్టిపొట్టి చడ్డీలు వేసుకు తిరగొచ్చు. నేను మాత్రం చీరలు కట్టాలా. నాకు మాత్రం సుఖం వద్దా . మీకో రూలూ నాకో రూలా..' అంటూ లా పాయింట్ లాగింది తాయారు. గతుక్కుమన్నాడు బంగార్రావు.

''తాయారూ...! నాకిప్పటివరకూ పంచెగానీ, లుంగీగానీ కట్టిన అనుభవం లేదే... ఆఖరికి మన పెళ్ళిలో కూడా ప్యాంటూ చొక్కానే వేసుకున్నా. నీకు గుర్తులేదూ.. ఆల్బమ్ చూపెట్టనా...'' బేలగా అడిగాడు బంగార్రావు.

'అవసరం లేదు. మీకు అలవాటున్నా లేకున్నా కట్టుకోవాల్సిందే. నేను మాత్రం పుట్టిన దగ్గరి నుంచీ కట్టుకున్నానా ఏంటీ? 'గడుసుగా సమాధానం చెప్పింది తాయారు.

"మరి నేను కట్టుకుంటే, నువ్వూ కట్టుకుంటావా'' ఆశగా అడిగాడు బంగార్రావు.

'ముందు కట్టుకొని చూపించండి, అప్పుడు చెబుతా...'

ఇద్దరూ నువ్వంటే నువ్వని సవాల్ విసురుకున్నారు.

ఇక కష్టాల పర్వంలోకి అడుగుపెట్టాడు బంగార్రావు. మరుసటి రోజే ఒక తెల్లని పంచె కొనుక్కొచ్చాడు. కానీ ఎలా కట్టాలో చేతగాదాయే.. పైగా ఎవరైనా కట్టగా చూసిన దాఖలాలూ లేవాయే.. అంత కష్టంలోనూ అద్భుతమైన ఆలోచన వచ్చి, వెంటనే యూట్యూబ్‌లో వెతికాడు. బోలెడన్ని వీడియోలు. ఎంతో కష్టపడి పంచె కట్టటం నేర్చేసుకున్నాడు కూడా. కానీ మాటిమాటికీ ఎక్కడ ఊడిపోతుందోనని దాన్ని సరిచేసుకోవటంలోనే సమయం గడిచిపోతోంది. పైగా ఓసారి చంటిది 'నాన్నా' అంటూ పరిగెత్తుకొచ్చి, ఒక్క దూకు దూకింది. దాంతో పంచె కాస్తా జారి కూర్చుంది. ఇలాంటి ఉపద్రవం ఎప్పటికైనా తప్పదని ముందుగా ఊహించే, షార్ట్ మీదనే పంచె కట్టుకునేవాడు బంగార్రావ్. కానీ ఏదైతే జరక్కూడదని జాగ్రత్త పడ్డాడో అదే జరిగి కూర్చుంది. తాయారు చూడనూ చూసింది. కిసుక్కున నవ్వనూ నవ్వింది. నవ్వి

ఊరుకోక, ' ఊడిందా పంచె' అని అననూ అన్నది. అది చంటిది విననే విన్నది. అది మొదలు.. అప్పుడప్పుడే మాటలు నేర్చుకుంటూ, చిలకలా అన్నీ వల్లిస్తున్న చంటిది ఎవరు ఇంటికొచ్చినా, 'నాన్నాలి పంచె ఊలిపోయిందిగా' అని చెప్పటం మొదలుపెట్టింది.

"ఓరినాయనో... ఇదెక్కడి గోల. దీనికి మాటలు రావటం నా కొంప ముంచేందుకే కాబోలు" అనుకుంటూ, పంచెలకు టాటా చెప్పేసి, లుంగీలు కొనుక్కున్నాడు. పంచెలతో పోలిస్తే, లుంగీ కాస్త మెరుగ్గానే ఉంది. అది మొదలు ఓ నాలుగురోజుల పాటు అదేదో ఫాన్సీ డ్రస్ పోటీలకు తయారైనట్లు, ఆ లుంగీ కట్టుకు ఇంట్లో హడావిడీ చేసేసి, " నేను లుంగీ కట్టుకున్నానుగా... ఇక నువ్వెప్పుడు చీర కడతావ్" అడిగాడు బంగార్రావ్.

'ఈ మాత్రం లుంగీ కట్టుకు, నేను చీరకట్టనక్కరలేదు. ఈ నైటీ చాలు' అంది తాయారు విసుగ్గా.

"ఇది చీటింగ్" అరిచాడు బంగార్రావు.

'ఏంటి చీటింగ్! కాసేపు లుంగీ కట్టుకుని లింగులింగుమని అటూఇటూ తిరిగితే సరిపోతుందా? దానికి మళ్ళీ కట్టుకోవటమని పేరొకటీ..' చేతులాడించింది తాయారు.

"అంటే ఏంటి నీ ఉద్దేశం. రోజంతా ఇదే కట్టుకు తిరగాలా ఏంటీ? ఇంట్లో చాలదన్నట్టు వీధులన్నీ కూడా చుట్టిరావాలా" వెటకారం ధ్వనించేట్టు అన్నాడు బంగార్రావు.

'భేషుగ్గా' అదే శృతిలో జవాబు చెప్పింది తాయారు.

ఎలాగైనా తాయారుతో చీరె కట్టించాలనే దృఢసంకల్పంతో, " సరే.. ఇప్పుడు నా ఒంటిమీదున్న లుంగీ సాక్షిగా చెబుతున్నా విను. ఇంట్లో అడుగుపెట్టిన మరుక్షణం నుంచి, గడపదాటి ఆఫీసుకెళితే తప్ప, లుంగీతోనే ఉంటా.. ఈ లుంగీతోనే

ఉంటా...ఇదే నా శపథం'' చెప్పాడు బంగా(రావు.

నిజంగా ఈయన మాటమీద నిలబడితే, తను చీర కట్టుకోవాలి. తప్పదు. ఒక్కసారిగా నీరసం వచ్చేసింది తాయారుకి.

'అబ్బా! పెద్ద శపథమే ' అంది వెటకారంగా.

''మరేమనుకున్నావ్. నేను మాట నిలబెట్టుకోవటం ఖాయం, నువ్వు చీర కట్టుకోవటానికి రెడీ గా ఉండు.... అన్నట్టు...కట్టుకుంటావు కదూ'' సందేహంగా అడిగాడు బంగా(రావు.

'ముందు మీరు మాట నిలబెట్టుకుని చూపిస్తే, అప్పుడు ఆలోచిస్తా...' అంది తాయారు.

రోషం ముంచుకొచ్చింది బంగా(రావుకి. '' మళ్ళీ చెబుతున్నా విను. నాక్కానీ తిక్కరేగితే... నువ్వు చీర కట్టేదాకా, నా ఒంటిమీది ఉన్న లుంగీని ఉతకను కూడా ఉతకను. ఇలాగే రోజూ కట్టుకుంటాను. తెలుసా? ''అని ముగించే లోపే...,

ఇదే సరైన సమయం అనిపించి, '' అద్గది మాటంటే... పందెమా? నేను చీర కట్టేదాకా ఆ లుంగీ ఉతక్కూడదు. ఈ మాటే ఖాయం చేసేసుకుందామా' వెక్కిరింతగా అంది తాయారు.

''నేను ఉతక్కుండా కట్టుకుంటే ఆ కంపు భరించలేక చచ్చినట్టు చీర కట్టుకుంటుంది'' అనుకుని, మనసులోనే తన తెలివికి జోహార్లు చెప్పుకుని, రెచ్చిపోయి 'సై' అన్నాడు బంగా(రావు.

ఇంట్లో కట్టుకోవటం వరకూ బాగానే ఉంది. బయటకు అడుగు పెడితే చుట్టుపక్కలవాళ్ళు చూస్తారనే ఊహకే కంగారుగా ఉంది బంగా(రావుకు. అసలే బిడియస్తుడు. పైగా పంచెతో ఉన్న అనుభవం ఇంకా పచ్చిగానే ఉంది. అందుకని తెలివిగా ఒక ఉపాయం ఆలోచించాడు. ఇంటికి అవసరమైన కూరగాయలూ, సరుకులూ వగైరాలు ఆఫీసు నుంచి వస్తూ తంచనుగా తెచ్చేయటం , మరీ అవసరమైతే

ఆర్డర్ పెడుతున్నాడు తప్ప ఇల్లు కదలటంలేదు.ఇదంతా కూడా ఓ కంట గమనిస్తూనే ఉంది తాయారు.

ఒకరోజు తీరుబడిగా కూర్చొని టీవీ చూస్తున్నాడు బంగా్రావు. తాయారు స్నానం చేస్తోంది. చంటిది నిద్రపోతోంది. అంతలో కాలింగ్‌బెల్ మోగింది. ఏమరుపాటులో ఆ లుంగీలోనే వెళ్ళి తలుపుతీశాడు.

'ఎపుడూ ప్యాంటేసేవాడు, ఇపుడు లుంగీ కట్టాడూ...' అంటూ హమ్ చేస్తున్న పక్కింటివాళ్ళ పనమ్మాయి, పాట ఠక్కున ఆపేసి, అతణ్ణి కింది నుంచి పైదాకా ఒకసారి తేరిపారా చూసి, కిసుక్కున నవ్వి, 'ఏంది సారూ! ఈ పగటేషం. నా పాటలకు మాంచి టైమింగ్ ఉంటుందని అందరూ అంటుంటే ఏందో అనుకున్నా. నిజమేనండోయ్. ఈ విషయం అందరికీ చెప్పి రావాలి' అంటూ వచ్చిన పని వదిలేసి, కొంగును నోటికి అడ్డంగా పెట్టుకుని పరిగెత్తుతూ పోయింది.

నవ్వాలో ఏడవాలో.. అసలెలా రియాక్ట్ కావాలో కూడా అర్థంగాక, బిక్కచచ్చిపోయి, పిచ్చిచూపులు చూస్తూ నిలబడిపోయాడు బంగా్రావు. పైగా బంగా్రావు ఎప్పుడు మాట తప్పుతాడా, తాను చీరకట్టే బాధ తప్పుతుంది కదా అని తెగ ఎదురుచూస్తోంది తాయారు.

అక్కడికీ, మొన్నటికి మొన్న బంగా్రావు ఇంట్లో ఉన్నప్పుడు కావాలనే చంటిదానికి డైపర్లు వేయకుండా, చడ్డీలు తొడిగి, 'నాన్నారి ఒళ్ళో ఆడుకోమ్మా' అంటూ చెప్పిమరీ పంపింది. అదృష్టం కొద్దీ ఒకటి రెండుసార్లు చంటిది ఒకటితోనే సరిపెట్టేసింది కూడా. ఆ దెబ్బతో

ఉన్నపళంగా ఓ ప్లాస్టిక్ షీట్ కూడా తెచ్చిపెట్టుకున్నాడే గాని, ఆ లుంగీని మాత్రం ఉతకట్లా.

తనకు పరమ చిరాకు తెప్పించే ఆ బొంతను తప్పించి, చీరకట్టులో తాయారుని చూడాలని బంగా్రావు.....హాయిగా, గాలి పీల్చుకునేందుకు అనువుగా, పైగా

ఉతకటానికి సులభంగా ఉన్న నైటీని విడిచి పెట్టలేక, భర్తకు శపథభంగం కలిగించాలని తాయారు....ఎవరి ప్రయత్నాల్లో వారు నిమగ్నమయ్యారు. చూస్తూ చూస్తూ బంగార్రావు, ఆ లుంగీ ఉతక్కుండా కట్టుకోవటం మొదలెట్టి మూడునెలలు పైగా అయిపోయింది. అటు కట్టుకోవటం బంగార్రావుకు, ఇటు కంపు భరించటం తాయారుకు కూడా అలవాటైపోయింది. ఎవ్వరూ తగ్గటంలేదు.

ఒకనాటి ఆదివారం పొద్దుటే, ఉరుములేని పిడుగుల్లా తాయారు అమ్మానాన్నా ఊడిపడ్డారు. వచ్చీరావటంతోనే, “ అమ్మాయ్! మీ ఇంట్లో ఎక్కడో ఎలక సచ్చిన వాసన వస్తున్నట్టుందే” అంది తాయారు వాళ్ళమ్మ.

ఆ మాట వినగానే, నెమ్మదిగా బెడ్ రూంలోకి జారుకుని గడియ పెట్టుకున్నాడు బంగార్రావు. గది దాటి కాలు కూడా బయట పెట్టలేదు. భోజనం మొదలు అన్నీ ఆ గదిలోకే తేవాలని తాయారుకి ఆర్డర్ జారీచేశాడు. ఆ వింత ధోరణి ఏంటో అత్తామామలకు అర్థంకాలేదు.

“ఏంటే అమ్మాయ్! ఈ విడ్డూరం. మీ ఆయన ఏంటే ... ఆ గదిదాటి బయటకు కూడా రావటంలేదు” అడిగేసింది పెద్దావిడ.

‘ఏంలేదులే అమ్మా! ఆయనకు ఆ మధ్య ఆఫీసులో వర్క్ బాగా ఎక్కువగా ఉంటోందట. ఇంట్లో కూడా అదే గోల’ అంటూ అప్పటికి ఏదో సర్దిచెప్పింది తాయారు.

నిజమేగామోసుననుకున్నారు ఆ పెద్దోళ్ళిద్దరూ...

‘ఏమండీ! మీ పద్ధతేమీ బాగోలా. మనకీ మనకీ సవాలక్ష ఉంటాయ్. దానికి ఇదా సమయం. ఇప్పటికెలాగో సర్దిచెప్పాను. ఇక నావల్ల కాదు. మీరు బయటికి రావాల్సిందే’ అంది తాయారు నిష్ఠూరంగా..

“నేను బయటకొస్తే చాలా దారుణాలు జరుగుతాయ్” అన్నాడు బంగార్రావ్ కంగారుగా...

అర్థంగాక తెల్లమొహమేసింది తాయారు.

"కర్మకర్మ! అర్థం కాలేదు కదూ.. నాకు తెలుసు. ఇందాక మీ అమ్మ చెప్పిన ఎలక సచ్చిన వాసన ఎక్కడి నుంచి అనుకున్నావ్. నెలల తరబడి ఉతక్కుండా కట్టుకుంటున్న నా లుంగీ నుంచే"

'అవునా! మరి నాకు రాలేదే ఆ వాసన' అడిగింది తాయారు.

"నీకే కాదు. నాక్కూడా రాలేదు. మొదట్లో వచ్చేది. కానీ ఇప్పుడు మన ముక్కులు ఆ వాసనకు అలవాటు పడిపోయాయ్" చావు కబురు చల్లగా చెప్పాడు బంగార్రావ్.

'అవునా...'

"నీకు దండంపెడతానే... ఒక్కసారి చీర కట్టుకోవే... నా శపథం నెరవేర్చుకుంటాను. ఈ లుంగీ మార్చుకుంటాను. పైగా నా లుంగీ కూడా నేనే ఉతుక్కుంటాను. ఆ తర్వాత నువ్వు నైటీ కాదుగదా... గౌను వేసుకున్నా సరే.. నీ ఇష్టం. మరి అడగనంటే అడగను... లేదంటే ఏ చర్మరోగమో అంటుకుంటే... ఆ పాపం నీదేనే.." అంటూ బ్రతిమాలుతూ, తిరణాల్లో తప్పిపోయిన చంటిపిల్లాడిలా గుక్కపట్టాడు బంగార్రావు.

అతని వాలకం చూస్తే జాలేసింది తాయారుకి. ' నా మొండితనంతో ఆయన్ని ఇంత బాధపెట్టానా' అని తనలో తానే కుమిలిపోతూ, గబగబా స్నానం చేసి చీర కట్టుకు వచ్చింది తాయారు.

"హమ్మయ్య!" అనుకుంటూ అమితానందంతో లుంగీ అవతల పారేసి, హాయిగా షార్ట్ తొడుక్కుని తెగ సంబరపడిపోయాడు బంగార్రావు. అన్నమాట ప్రకారం మళ్ళా చీరమాట ఎత్తితే ఒట్టు. కానీ ఆ లుంగీని ఉతకటం మాత్రం మానవమాత్రుని వల్ల కాదని తెలుసుకుని, దాన్ని చెత్తకుప్పలో పారేశాడు.

చీరలో తనను చూడాలని, అంత కంపూ భరించి, ఆఖరికి కాళ్ళవేళ్ళ పడ్డ

భర్తపై ఎంతో జాలిపడిపోయి, ఓ గొప్ప నిర్ణయం తీసుకుంది తాయారు.

ఒకరోజు పొద్దుటే ఆఫీసుకు బయలుదేరిన భర్త చెవిలో, 'ఇహనుంచీ రోజూ కాకున్నా, వీలును బట్టి ప్రతి శనాదివారాల్లో చీర కట్టుకుంటానండీ' అంది తాయారు గుసగుసగా..

నమ్మలేనట్లు చూశాడు బంగార్రావు. ప్రపంచాన్నే జయించేసినంత సంబరపడిపోయి రోజులు లెక్కపెట్టుకోవటంలో నిమగ్నమైపోయాడు. శనివారం రానే వచ్చింది. గబగబా ఆఫీసు పని ముగించేసుకుని, వస్తూవస్తూ నాలుగు మూరల మల్లెలు కూడా తీసుకున్నాడు. చక్కని చీరకట్టులో, తలనిండా పూలతో, తాను తొలిచూపులో వరించిన తాయారును తలచుకుంటూ హుషారుగా ఇంటికొచ్చాడు.

కానీ అమ్మానాన్నలు, అత్తమామలు ఒకేసారి కట్టకట్టుకు వచ్చి నట్టింట దర్శనమీయటంతో, నిలువునా నీరుగారిపోయాడు.

కనీసం మాటమాత్రమైనా చెప్పకుండా, వారు రావటం వెనక ఆంతర్యం ఏంటో బోధపడలేదతనికి. పైగా చీరలో ఊహించుకున్న తాయారు, సోఫాలో మళ్ళీ సరిగ్గా అలాంటిదే కొత్త బొంత ధరించి కూర్చోవటం చూసి తిక్క రేగింది అతనికి. అసలు విషయం అర్థంగాక, మింగలేక కక్కలేక నోరెళ్ళబెట్టుకు చూస్తుండిపోయాడు. పలు అనుమానాలు మెదడును చుట్టుముట్టాయి. "కొంపదీసి తమ భాగవతం మొత్తం పురాణ కథాకాలక్షేపంగా చెప్పేసుంటుందా , లేక ఇది మరో ఉపద్రవానికి

నాందా? " అనే అనుమానం కూడా వచ్చేసింది.

అంతలో స్వీట్ డబ్బాలోంచి ఓ స్వీట్ తెచ్చి, తెరిచి ఉన్న బంగార్రావు నోట్లో కుక్కింది అతని తల్లి. ఏమీ అర్థంగాక ఎదురుగున్న తాయారును కళ్ళతోనే ప్రశ్నించాడు బంగారావు.

తాయారు, చిన్నగా పళ్ళికిలించి, కొంచెం సిగ్గుపడి, గుప్పిట్లో దాచుకున్న పచ్చి మామిడికాయను అపురూపంగా చూపించింది.

"ఓరిదేవుడా! అంటే మళ్ళీ కథ మొదలా" అనుకుంటూ కరెంట్‌షాక్ కొట్టిన కాకిలా అయిపోయాడు బంగార్రావు.

డామిట్! కథ అడ్డం తిరిగింది

నన్ద త్రినాధరావు

"మాస్టారూ! ఆరో నంబరు బస్సు వెళ్లిపోయిందా?" అడిగాను అక్కడ నిల్చున్న ఓ శాల్తీని.

"ఆయ్... నాకు నంబర్లు తెలవండి. తవరడిగేది నగల బస్సా? బట్టల బస్సా?" అన్నాడు యాసగా.

"నగల బస్సూ, బట్టల బస్సూనా! అంటే ఏమిటి?" అడిగాను అయోమయంగా.

"అదేనండి! బస్సులపై పెద్ద పెద్ద బొమ్మలుంటాయి కదా! అవన్న మాట.." అన్నాడతడు.

నాకు నవ్వొచ్చింది.

"నగల బస్సే!" అన్నాను. అతని భాష నాకూ అంటుకుంది.

"అదయితే ఇంకా రానేదండి"

అతడు టక్ చేసుకున్నాడు. స్పెక్ట్స్ పెట్టుకున్నాడు. స్టైల్ గా ఉన్నాడు. భాష అలాగుందేమిటి చెప్మా?! పల్లె బాపతేమో అనుకున్నాను. నా డౌటు వెంటనే తీరిపోయింది.

"ఓలమ్మీ తిక్కరేగిందా... ఒళ్ళంతా తిమ్మిరెక్కిందా" అంటూ అతని మొబైల్ అరిచి గగ్గోలు పెట్టింది. అతడు పచ్చ స్విచ్చు నొక్కాడు. "ఆఁ... సెప్పరా... అప్పిగా.

ఏటి.. ఇప్పట్లో నాయుడు గోరి ఇంటికి స్లేబు కాంక్రీట్ నేదా!.. సర్లే.. ఊరెళ్తాన్న.. ఆనక సెయ్యి" అన్నాడు ఫోన్ కట్ చేస్తూ.

"బాబూ! నువ్వు మేస్త్రీవా? మరి ఇంత స్టైల్ గా.." అడిగాను.

"ఆయ్. నాకు సిన్నప్పటినుంచి టైలుగా ముత్తాబవడం ఇట్టమండి" అని నవ్వేడు పళ్ళన్నీ బయటపెట్టి.

నేనూ నవ్వాను. వట్టి అమాయకుడు అనుకున్నాను.

"నువ్వే బస్సు కోసం ఎదురు చూస్తున్నావోయ్?" అడిగాను.

"నానూ ఆ నగల బస్సు కోసమేనండి బాబయ్యా!" అన్నాడు కాసేపు అతనితో బాతాఖానీ కొట్టాను.

ఇంతలో మాక్కావాల్సిన నగల బస్సు.. అదే ఆరో నంబరు బస్సు నిండు గర్భిణిలా వచ్చింది.

బస్సు చాలా రద్దీగా ఉంది. లోపల జనం అగ్గిపెట్టలో పుల్లల్లా కిక్కిరిసి పోయి ఉన్నారు. దిగేవాళ్ళని దిగనీయకుండా ఎక్కేవాళ్ళు అడ్డు పడుతున్నారు. దాంతో అక్కడో చిన్న సైజు ముష్టి యుద్ధం జరిగింది.

ఇంతమందిని తోసుకొని లోపలికి ఎలా వెళ్లాలా అని భయపడ్డాను. ఈ బస్సు మిస్సయితే మళ్ళీ గంట వరకూ బస్సు లేదు. అసలే ఆర్.టి.సి. అంటే బస్సు రాదు.. తెలియదు .. చెప్పలేం.. అని కదా! ఎలాగోలా నేనూ, అమాయకుడు కష్టపడి ఎక్కేసాం.

అసలే అది కాలేజీలు, ఆఫీసులకు వెళ్లే టైమాయె. ఫుట్ బోర్డులు పై జనం బెల్లం ముక్కకి పట్టిన చీమల్లా వేళ్ళాడుతున్నారు. మేం ఎందులోనూ తీసిపోం అన్నట్టు స్టూడెంట్స్ తో పాటూ, వృద్ధ ఉద్యోగులు కూడా డోర్లు పట్టుకొని వేళ్ళాడుతున్నారు.

బస్సు భారంగా కదిలింది.

ఒక పక్కగా నిల్చున్నాను. ఇంతలో నా కాలి కింద ఏదో మెత్తగా తగిలింది. తడిమి చూసాను. నా గుండె గుభిల్లుమంది. అదొక పర్సు! ఉబ్బెత్తుగా ఉంది. నాకు కంగారు మొదలైంది. ఈ రోజు రాశిఫలాల్లో నాకు అనుకోని అదృష్టం ఎదురవుతుందని రాసుంది. అది ఇదేనేమో అనుకున్నాను. ఎవరూ చూడకుండా మెల్లగా దాన్నితీసి నా జేబులో కుక్కేసాను.

అప్పుడే ఓ కాలేజీ కుర్రాడు నన్ను చూసి కిసుక్కున నవ్వేడు. నేను చూసేసాను సుమా అనే అర్థం వచ్చేట్టుగా. నాకు గుండె ఆగినంత పనయ్యింది. కొంపతీసి నేను కూడా చూశానని అందులో సగం వాటా కాని అడుగుతాడా త్రాష్టుడు అని భయపడ్డాను. ఏబ్రాసి మొహం పెట్టి, "ఆ పర్సు నాదేనోయ్. కింద పడిపోయింది" అని ఓ వెర్రి నవ్వు నవ్వేను. తర్వాత ఆ కుర్రాడు మొబైల్లో తల దూర్చేసాడు. నేను ఊపిరి పీల్చుకున్నాను.

అసలే నెలాఖరు. డబ్బులకి మొహం వాచున్నాను. దీంతో కొంచెం ఖర్చులు గట్టెక్కుతాయి. సంతోషంతో గాల్లో తేలిపోయాను. ఆ పర్సులో ఎంతుందో అన్న ఆలోచనలు నన్ను ఉక్కిరిబిక్కిరి చేస్తున్నాయి.

ఇంతలో పద్మవ్యూహంలో అభిమన్యుడిలా జనాల్ని తోసుకుంటూ వచ్చాడు కండక్టర్. నాకు పర్సు అలవాటు లేదు. డబ్బులు పై చొక్కా జేబులోనే పెట్టుకుంటాను. టిక్కెట్ తీసుకున్నాను. గడి గడికీ దొరికిన పర్సుని చెక్ చేసుకుంటూ ఉన్నాను. దానిపై నాక్కు విపరీతమైన మోజొచ్చేసింది.

బస్సు వెళ్తోంది. కొంచెం రద్దీ తగ్గింది. అమాయకుడు ఇప్పుడు నా పక్కన నిల్చున్నాడు. కండక్టర్ అతనికి టిక్కెట్ కొట్టాడు. అతడు జేబులు తడుముకొని చూసాడు. ఒక్కసారి గావుకేక పెట్టాడు. బస్లో అందరూ అతని కేకకి అదిరిపడ్డారు.

"ఏవయ్యింది?" అడిగాడు కండక్టర్.

"జోబులో పర్సు నేదండి! యాడో పడిపోనాదండి!" అన్నాడతడు దీనంగా. కంగారుగా జేబులన్నీ వెతుక్కుంటున్నాడు.

అదిరిపడ్డాను. కొంపతీసి నాకు దొరికిన పర్సు అతడిదా అనుకున్నాను.

కండక్టర్ అతని మాటలు నమ్మినట్లు లేదు.

"చూడయ్యా! రోజూ నీలాంటోళ్ళు నాకు చాలామంది తగుల్తూనే ఉంటారు. వాళ్లంతా చెప్పే మాటే ఇది. ఏదో ఒకటి చేసి వెంటనే టిక్కెట్ తీస్కో, లేదా బస్ దిగిపో! త్వరగా ఏదో ఒకటి తేల్చుకో!" అంటూ వచ్చినంత వేగంగా ముందుకు పోయాడు.

అమాయకుడు బోరుమన్నాడు. పిచ్చోడిలా తన పర్సు కిందన పడిపోయిందేమోనని వెతుక్కుంటున్నాడు.

అందరూ అతనికేసి జాలిగా చూస్తున్నారు.

"ఇతడో వెంగళాయిలా ఉన్నాడే! వెధవది పర్సు పడిపోవడం ఏమిటి?! ఎవడో కొట్టేసుంటాడు. బస్సుల్లో దొంగ వెధవలు ఎక్కువై పోయారు" అని ఓ బట్టతల బూతులు లంకించున్నాడు. ఆయనకి సపోర్టుగా మారో పైజామా లాల్చీ కూడా తిట్లు అందుకున్నాడు. ఆడాళ్ళు కూడా దొంగని శాపనార్థాలు పెట్టసాగారు.

నాకు తల కొట్టేసినట్టయింది. వెధవది ఇంత బతుకూ బతికి ఇంటెనకాల చచ్చినట్టయింది నా పరిస్థితి.

నాకు పర్సు దొరికిన ఆనందం పోయి బాధ మొదలయింది. పోనీ పర్సు నాకు దొరికిందని ఇచ్చేస్తేనో అనుకున్నాను. ఒక వేళ నా దురదృష్టం కొద్దీ సీన్ రివర్సయితే? కొంపలంటుకుంటాయి. నేనే దొంగతనం చేసానని భ్రమించి, మూర్ఖ జనం నాకు దేహశుద్ధి చేసే ప్రమాదం ఉందని వెనక్కు తగ్గాను. ఏం చేయాలో అర్థం కాక బుర్ర పీక్కున్నాను.

"పర్సులో డబ్బెంత ఉందయ్యా?" సానుభూతిగా అడిగాడో పెద్దాయన.

"పదివేలు వరకూ ఉంది బాబయ్యా! సెల్లి పెల్లికి అప్పు సేశా" అన్నాడు అమాయకుడు.

"బస్లో అందర్నీ చెక్ చేయండి. దొంగ దొరికిపోతాడు. ఇలాంటి వాళ్ళని మామూలుగా వదలకూడదండీ. ఎముకల్లో సున్నం లేకుండా చితక్కొట్టాలి " అన్నాడో జీన్ ఫేంట్ ఆవేశంగా.

నా పై ప్రాణాలు పైనే పోయాయి. వీళ్ళ అసాధ్యం గూలా? చేయని తప్పుకి నాకు వీపు చిట్లేలా ఉందే! సిగ్గు సిగ్గు. ఈ బస్సులో తెల్సిన వాళ్ళుంటే పరువు కూడా పోయేట్టుంది. ఏం చేయాలిరా దేవుడా అనుకున్నాను. అందరూ చెక్ చేయడాన్నే సమర్ధించారు.

"అయినా మన పిచ్చి గానీ పర్సు కొట్టేసిన వెధవ ఇంకా ఈ బస్సులోనే ఉంటాట్టండీ? ఎప్పుడో చెక్కేసి ఉంటాడు" ఓ పంతులు గారు పిలక సవరించుకున్నారు.

అయినా ఆశ చావక అమాయకుడు అందర్నీ పర్సులు చూపించమని వేడుకుంటున్నాడు. కొందరు చూపిస్తున్నారు. కొందరు చిర్రుబుర్రులాడుతున్నారు. నాకు బీపీ పెరిగిపోయింది. మనసులోనే దేవుళ్లందరికీ మొక్కేసాను. నన్నుఈ గండం నుంచి గట్టెక్కించమని. అయినా నా పిచ్చిగాని ఇలాంటి బుద్ధి తక్కువ పనులకి దేవుడు మాత్రం ఎందుకు సాయపడతాడు?! ఈ రోజు నాకు ఫుల్ కోటింగ్ తప్పదు. పొద్దున్నే ఎవడి మొహం చూసానో ఏమో నా ఖర్మ ఇలా తగలడింది అని తిట్టుకున్నాను.

"బాబయ్యా! ఏమీ అనుకోకండి. తవరి పర్సు కూడా కాస్త సూపిత్తారా?!" అంటున్నాడు అమాయకుడు.

ఇంతలో దేవుళ్ళా వచ్చాడు కండక్టర్.

"ఏమయ్యా! పర్సు దొరికిందా?" అని అడిగాడు. అమాయకుడు బుర్ర అడ్డంగా ఊపాడు. అప్పటికే బస్సు సగం గమ్యానికి చేరుకుంది.

"నీ గురించి ఆలోచిస్తే నా ఉద్యోగం ఊడేట్టుంది. నువ్వు వెంటనే బస్సు దిగటం మంచిది" అంటూ "హోల్డాన్" అన్నాడు కండక్టర్.

బస్సాగింది.

బస్సులో వాళ్లంతా మాటలతో సరిపెట్టారు కానీ ఎవరూ రూపాయి తీయలేదు.

ఇంతలో ఓ తలపాగా తన చిక్కంలోంచి డబ్బులు తీసి కండక్టర్ కి ఇచ్చాడు. అమాయకుడు అతడికి రెండు చేతులూ జోడించాడు.

బస్సు కదిలింది. అమాయకుడికి దుఃఖం ఆగటం లేదు. తల్చుకొని తల్చుకొని ఏడుస్తున్నాడు.

ఇంతలో నేను దిగాల్సిన స్టాప్ వచ్చింది. దిగాను. ఆశ్చర్యంగా అమాయకుడు కూడా అక్కడే దిగాడు.

తలపాగా అతను తల కిటికీలోంచి బయటికి పెట్టి చూస్తున్నాడు. అతను చేసిన సహాయానికి అమాయకుడు మళ్ళీ మళ్ళీ కృతజ్ఞతలు తెలిపాడు. అతడు నవ్వాడు.

బస్సు కదిలిపోతున్న సమయంలో అతడు అమాయకుడి చేతిలో ఏదో పెట్టాడు. అమాయకుడు నివ్వెరపోయాడు. అతని కళ్ళు ఆనందంతో మెరిసాయి. అది అతని పర్సే!.. అంటే తలపాగా అతనే దొంగా?! మేమిద్దరం చేష్టలుడిగి నిల్చున్నాం.

బస్సు వేగం అందుకుంది.

'దొంగయితేనేమి ఎవరూ చేయని గొప్పపని చేసాడ'ని వేనోళ్ళ పొగిడాం.

అమాయకుడు లోపల డబ్బులు చూసుకున్నాడు. రూపాయి కూడా దొంగ తీసుకోలేదు. ఆడపిల్ల పెళ్లి దొంగ మనసునే మార్చింది. మంచి దొంగ అనుకున్నాను. అమాయకుడు సంతోషంతో ఉక్కిరిబిక్కిరయ్యాడు.

నేనూ సంతోషించాను. ఒకటి దొంగ మానవత్వానికి! రెండోది నాకు దొరికిన పర్సు అమాయకుడిది కానందుకు!! నా పంట పండిందని సంబర పడ్డాను.

దార్లో ఇద్దరం ఒక చోట విడిపోయాం. నాకు చాలా టెన్షన్ గా ఉంది. వెంటనే పక్కకు వెళ్లి ఆత్రంగా పర్సు తెరిచి చూసాను. నిర్ఘాంతపోయాను! అది చిరిగి పాడయి పోయి ఎందుకూ పనికిరాని పాత పర్సు! లోపల చిత్తుకాగితాలు తప్పా ఏం లేవు!! నన్ను చూసి కాలేజీ కుర్రాడు ఎందుకు నవ్వాడో నాకిప్పుడు అర్థమైంది.

www.ingramcontent.com/pod-product-compliance
Lightning Source LLC
LaVergne TN
LVHW032104041026
849518LV00010B/2985
* 9 7 8 8 1 9 8 2 7 2 9 1 1 *